'स्वप्न' हा रंजक अन् रहस्यमय विषय- गूढ, कुतूहल निर्माण करणारा; प्रचीती देणारा, परिणाम करणारा, विश्वास आणि अविश्वास दोन्ही निर्माण करणारा. स्वप्न विषयावरचे लेखन, कथन उत्कंठावर्धक ठरले आहे.

– दैनिक सामना, २-१०-२००५

स्वप्नांबद्दल पूर्ण वैज्ञानिक उलगडा अजूनही न झाल्याने प्रत्येकाला त्यांच्याबद्दल कुतूहल आहे. 'चित्तचित्रे' या लेखसंग्रहात स्वप्नांचा मागोवा घेणारे लेख संग्रहित केले आहेत. स्वप्नांचा शास्त्रीय अर्थ ध्यानात न घेत, स्वतःच्या मनाला वाटलेले विश्लेषण करून त्याला पोषक अशी कारणमीमांसा व उदाहरणे दिली आहेत. लेख लिहिणाऱ्या मान्यवर व्यक्ती विविध क्षेत्रांतील असल्याने अनुभवात विविधता आहे.

– दैनिक तरुण भारत, १९-२-२००६

स्वप्नांचा अर्थ लावण्यासाठी कठोर विश्लेषणाच्या जोडीला तरल संवेदनशीलता हवी. शास्त्रशुद्ध पुराव्याला संयमित कल्पनाशक्तीची जोड हवी.

स्वप्नं कधी आपल्याला भुरळ घालतात, तर कधी चक्क भीतीने छाती दडपून टाकतात. या स्वप्नांचे रंग न्यारे. हे सारं काही 'चित्तचित्रे' या पुस्तकातून सहज प्रकट होते.

– दैनिक लोकसत्ता, २७-११-२००५

5

चित्त चित्रे

स्वप्नांचे विश्व उलगडणारे अनोखे लेखन

संपादन
अरुण शेवते

मेहता पब्लिशिंग हाऊस

Please contact us at **Mehta Publishing House,** Pune 411030.
Email : production@mehtapublishinghouse.com
Website : www.mehtapublishinghouse.com

- *या पुस्तकातील लेखकाची मते, घटना, वर्णने ही त्या लेखकाची असून त्याच्याशी प्रकाशक सहमत असतीलच असे नाही.*

CHITTACHITRE Edited by **ARUN SHEVATE**
चित्तचित्रे : संपादन - अरुण शेवते / अनुभवकथन

Email : author@mehtapublishinghouse.com
प्रकाशक : सुनील अनिल मेहता, मेहता पब्लिशिंग हाऊस,
१९४१, सदाशिव पेठ, माडीवाले कॉलनी, पुणे – ४११०३०.

मुद्रक : ट्रिनिटी ॲकॅडमी फॉर कॉर्पोरेट ट्रेनिंग लिमिटेड,
नऱ्हे इंडस्ट्रिअल एरिया, नऱ्हे, पुणे – ४१.

मुखपृष्ठ : चंद्रमोहन कुलकर्णी

प्रकाशनकाल : ऑगस्ट, २००५ / पुनर्मुद्रण : फेब्रुवारी, २०१९

किंमत : ₹ १८०

P Book ISBN 9788177665710
E Book ISBN 9789353171827
E Books available on : play.google.com/store/books
www.amazon.in
https://books.apple.com

प्रिय
माधुरीस
सप्रेम

मनोगत

१९९३ पासून ऋतुरंग दिवाळी अंक मी प्रकाशित करत आहे. विविध प्रतिष्ठित संस्थांची सत्तावीस पारितोषिके अंकाला मिळाली आहेत.

बारा वर्षांत ऋतुरंग दिवाळी अंकातील निवडक लेखांची १३ पुस्तके प्रसिद्ध झाली. 'चित्तचित्रे' हे १४ वे पुस्तक मेहता पब्लिशिंग हाऊसच्या वतीने प्रकाशित होत आहे, याचा आनंद आहे.

ऋतुरंग २००२ चा 'स्वप्न' विशेषांक होता. झोपेत पडणाऱ्या स्वप्नांविषयी आपल्याला कुतूहल असते. 'स्वप्ने का पडतात' हा प्रश्न आपल्याला सतत सतावीत असतो. स्वप्नांचे अर्थ समजून घेण्याची आपल्याला उत्सुकता असते. कधी स्वप्ने आठवतात, कधी आठवत नाहीत. आपण आपल्या जवळच्या माणसांना आपली स्वप्ने सांगत असतो. स्वप्ने मनात घर करून राहतात. स्वप्नांचा उलगडा करण्याचा आपण प्रयत्न करत असतो. काही प्रतिमा स्वप्नात वारंवार येतात. त्या का येतात? त्यांचा अर्थ काय? असे अनेक प्रश्न मनाला पडत असतात. मानसशास्त्रज्ञ स्वप्नांचा अभ्यास करतात. आपली मते मांडतात. त्यांचे संशोधन समजून घेण्याची आपल्याला इच्छा असते. कारण झोपेत पडणाऱ्या स्वप्नांविषयी आपल्याला प्रेम वाटत असते. काही स्वप्ने भीतीदायक पडतात, त्याने आपण अस्वस्थ होतो. स्वप्नांची मालिका संपत नाही. झोपेत सतत स्वप्न पडत असतात. स्वप्नात येणाऱ्या प्रतिमांविषयी आपण विचार करत असतो. स्वप्नात वारंवार चंद्र येतो, तो का येतो? असा आपल्याला प्रश्न पडतो. स्वप्नात येणाऱ्या प्रतिमा मनात अनेक प्रश्न तयार करत असतात. सगळ्याच प्रश्नांची उत्तरे मिळतात असे नाही. एक रात्र स्वप्न घेऊन येते. दिवसा आपण विचार करत राहतो. रात्र पुन्हा दुसरे स्वप्न घेऊन येते. हा प्रकार सतत चालूच राहणार आहे. याला अंत नाही.

जयंत साळगावकर, मंगेश पाडगावकर, कांचन घाणेकर, प्रकाश संत, शि. द. फडणीस, शकुंतला फडणीस, के. ज. पुरोहित, प्रकाश पुराहित, वसुधा वाघ, सुरेश लोटलीकर, दत्तात्रय अत्रे, मंजुषा गोसावी, टी. एन. परदेशी, डॉ. आनंद कापसे या स्वप्नांचा शोध घेणाऱ्या प्रवाशांनी आपला स्वप्नांचा प्रवास स्वच्छपणे सांगितला आहे.

—अरुण शेवते

अनुक्रमणिका

न उकललेले गूढ

जयंत साळगावकर

'जिंदगी ख्वाब है, ख्वाब में सच है क्या और भला झूठ है क्या...' हे एका चित्रपटातील प्रसिद्ध गीत. आता चित्रपट गीतातून काही संदेश किंवा अर्थ मिळवण्याचा प्रयत्न करणे म्हणजे थोडे अवघडच. पण या गाण्यात जो मुद्दा मांडला आहे तो अगदी त्रिकालाबाधित सत्य आहे. स्वप्न म्हणजे काय? ते खरे आहे की खोटे आहे? असा प्रश्न माणसाला पुरातन काळापासून पडलेला आहे.

आपले आयुष्यसुद्धा स्वप्नासारखेच आहे, असे हा गीतकार म्हणतो. आयुष्य स्वप्नासारखे आहे किंवा नाही याबद्दल कदाचित मतभेद होऊ शकतील पण स्वप्नात सत्य काय आणि असत्य काय? हे एक न उकललेले गूढ आहे यावर मात्र नि:संशय एकमत होऊ शकेल. आज अनेक क्षेत्रात नवनवीन शोध लागत असले तरी स्वप्नसृष्टी ही पूर्वीइतकीच गूढरम्य राहिली आहे. स्वप्नांचे दाखले आपल्याकडे प्राचीन वाङ्मयापासून सापडतात. 'रामरक्षा' हे पिढ्यान्‌पिढ्या चालत आलेले नित्यपठणातील स्तोत्र प्रत्यक्ष शंकराने बुधकौशिक ऋषींना स्वप्नात येऊन सांगितले असे बुधकौशिक ऋषींनीच या स्तोत्रात नमूद केले आहे. पुढे घडणाऱ्या गोष्टींची स्वप्नाद्वारे आगाऊ सूचना मिळणे आणि त्यावरून शुभाशुभाचा पडताळा येणे ही गोष्ट रामायण-महाभारताच्या काळापासून चालत आलेली आहे. आपण दिवसा जे पाहतो वा विचार करतो त्याच्याशी संबंधित अशी आपली स्वप्ने असतात असा एक ढोबळ समज आहे. पण तो नेहमीच खरा असतो असे नाही. स्वप्ने ही पुढील काळाबद्दल काही सांगणारी म्हणजे भविष्यसूचक असतात याबद्दल अनेक दाखले आहेत. स्वप्नात आपण जे जे पाहिले ते तसेच

घडले अशा अर्थाचा उल्लेख रामदासस्वामींनी केला आहे. 'स्वप्नी जे देखिले रात्री ते तैसेचि होतसे' असे समर्थ सांगतात. कविश्रेष्ठ रवींद्रनाथ टागोर यांना त्यांच्या एका साहित्यकृतीची प्रेरणा स्वप्नामधून मिळाली आणि त्यानुसारच त्यांनी ती कृती लिहून काढली हे सर्वश्रुत आहे. महाकवी कालिदास यांच्या 'स्वप्न वासवदत्ता' या प्रसिद्ध नाटकात स्वप्नाचा अतिशय रम्य, कलात्मक असा उपयोग करून घेतला आहे.

स्वप्नसृष्टीबद्दल असे विविध दाखले वा पुरावे शेकड्याच्या संख्येत सापडतील आणि हे दाखले आपण जसजसे पाहात जाऊ तसतशी स्वप्नसृष्टीबद्दलची गूढरम्यता अधिकाधिक वाढत जाईल. प्राचीन धर्मशास्त्रात स्वप्नांबद्दल काही आडाखे दिले आहेत. पडणाऱ्या स्वप्नांबद्दल अर्थ सांगणारी प्रकरणे धर्मग्रंथात आहेत तशी ज्योतिषग्रंथातही आहेत. ती धर्मग्रंथात असण्याचे कारण असे की धर्माचा पारलौकिक सृष्टीशी संबंध असतो, किमान असावा असे गृहीत धरले जाते आणि स्वप्नांचे अर्थ ज्योतिषग्रंथात दिले जातात त्याचे कारण स्वप्ने भविष्यसूचक असतात याची कित्येक शतकापासून येत असलेली प्रचिती हे होय. स्वप्नांचा विचार जगभर पुरातन काळापासून चालू आहे. ढोबळ मानाने सांगावयाचे तर शुभ्र वस्तू, पांढरे पदार्थ, सवाष्ण स्त्री, फळे, सूर्य-चंद्र, रत्ने, समुद्र इत्यादी स्वप्ने शुभसूचक समजली जातात आणि स्वप्नात राक्षस, स्मशान, काळोख असे काही पाहणे ही स्वप्ने अशुभसूचक समजली जातात. सामान्यपणे स्वप्न पडल्यानंतर जर प्रसन्न वाटले तर ते स्वप्न शुभसूचक आहे असे समजावे. स्वप्न पाहिल्यानंतर दचकून उठणे, भीतीने जाग येणे अशा गोष्टी बऱ्या समजल्या जात नाहीत. मोहरी किंवा बिब्बा उशाखाली ठेवला तर वाईट किंवा भयप्रद स्वप्ने पडतात आणि उशाखाली हिरडा ठेवला तर चांगली स्वप्ने पडतात असाही कित्येकांचा अनुभव आहे. एखाद्या विषयात कोणता निर्णय घ्यावा, याबद्दल दैवी मार्गदर्शनाची अपेक्षा असेल तर पौर्णिमेच्या रात्री झोपण्यापूर्वी स्नान करावे, तोंडात चिमूटभर साखर टाकावी आणि उशाशी पाण्याने भरलेला तांब्या झाकून ठेवावा, असे केल्यास पडणारे स्वप्न काही मार्गदर्शक ठरते. स्वप्नाचा अर्थ लावणे ही एक विशेष गोष्ट आहे. स्वप्नांबद्दल आतापर्यंत जे काही सांगितले ते स्थूलमानाने सर्वांना माहीत असलेले अशाच स्वरूपाचे आहे. पण या ठिकाणी स्वप्नाबद्दल मला आलेले अनुभव सांगणे इष्ट वाटते.

मला लहानपणापासून देव, धर्म, गूढशक्ती अशांविषयी एक

आकर्षण आहे. मी वयाच्या बाविशीपर्यंत मालवणला होतो. त्यावेळी मालवण जवळच असलेल्या वेंगुर्ला या गावात एका मृत व्यक्तीला सावंतमहाराज नावाच्या साधुपुरुषाने पुन्हा जिवंत केले अशी वार्ता ऐकली. तो जिवंत झालेला माणूसही अनेकांना भेटत होता आणि सावंतमहाराज हे कोकणातील सुप्रसिद्ध अवलिया सत्पुरुष साटममहाराज यांचे शिष्य होते. घडलेला चमत्कार हा तेवढ्याच कालावधीत घडलेला असल्यामुळे समकालीन होता, नुसत्या सांगोवांगीच्या गोष्टी नव्हत्या. सावंतमहाराजांच्या हातून हे कसे घडले ते मला जाणून घ्यावयाचे होते. सावंतमहाराज हे बरेचसे साईबाबांसारखे दिसत. तसाच डोक्याला रुमाल बांधीत आणि भगवे कपडे, लुंगी आणि सैलसर सदरा घालीत. मी त्यांना भेटलो आणि हे तुम्ही कसे केलेत, मेलेल्याला जिवंत करण्याचा मार्ग कोणता, ते त्यांना विचारू लागलो. हा प्रश्न विचारल्यावर सावंतमहाराज नुसते प्रसन्न हसत पण उत्तर काही देत नसत. मी माझ्या बाजूने हट्टाला पेटलो होतो. कसेही करून मेलेल्याला जिवंत करण्याच्या तंत्राचे गुपित त्यांच्याकडून विचारून घ्यावे, असा मी निर्धारच केला होता. एके दिवशी सावंतमहाराज अमुक तारखेच्या आगबोटीने वेंगुर्ल्याहून मुंबईस जाणार आहेत असे समजले. वेंगुर्ले ते मुंबई हा प्रवास जवळपास चोवीस तासांचा. वेंगुर्ल्याहून निघालेली बोट पहिले बंदर घेई ते मालवण. मी मालवणला त्या बोटीत चढलो आणि सावंतमहाराज ज्या बाकावर झोपले होते तिथेच जाऊन बसलो.

सावंतमहाराजांच्या नानाप्रकारे विनवण्या केल्या पण ते काही तो मृताला जिवंत करण्याचा उपाय मला सांगेनात. माझी त्यावेळची समजूत अशी होती की संजीवनी मंत्रासारखी एखादी विद्या अस्तित्वात असेल, ती या महाराजांना अवगत असेल आणि ती विद्या संपादनाचा मार्ग ते मला सांगतील. मी अगदीच खनपटीला बसलो आणि मी तसा खनपटीला बसलेलो असताना सावंतमहाराजांना झोपणे वा विश्रांती घेणेही अवघड अशी स्थिती झाल्यामुळे बहुधा असेल, सावंतमहाराजांनी मला आपण त्या माणसाला कसे जिवंत केले याची हकिकत सांगितली. त्यांच्या म्हणण्याप्रमाणे आदल्या रात्री त्यांचे गुरू साटममहाराज हे त्यांच्या स्वप्नात आले होते आणि त्यांनी स्वप्नात तो मृत माणूस आणि सावंतमहाराजांनी त्याला ज्या पद्धतीने जिवंत केले तो सगळा प्रकार

जसाच्या तसा दाखवला होता. दुसऱ्या दिवशी सावंतमहाराज रस्त्याने चाललेले असताना वाटेत एका घरासमोर त्यांना तसेच दृश्य दिसले. त्याबरोबर रात्री स्वप्नात दाखवल्यानुसार त्यांनी कृती केली. जवळ जाऊन त्या मृतदेहावरून हात फिरवला. बहुधा पाणी शिंपडले आणि तो मृत माणूस पुन्हा जिवंत झाला. गुरूंनी जे दाखवले त्याचप्रमाणे आपण वागलो असे सावंतमहाराजांचे म्हणणे होते. गुरूंनी त्यांना स्वप्नात मार्गदर्शन केले होते आणि त्यांच्यासारखा माणूस जे बोलत होता ते शंभर टक्के सत्यच असले पाहिजे याबद्दल शंकाही घ्यायला जागा नव्हती.

पुढे मी मुंबईत आलो, लोकसत्तेत नोकरीला लागलो, पण मुंबईत धड जागा नाही, राहण्याची व्यवस्था नाही अशा प्रारंभीच्या दिवसात परेल, गिरगाव अशा विभागात समाजातल्या निम्नस्तरीय लोकांशीच जास्त संबंध येत असे. त्यावेळी एक आश्चर्यकारक गोष्ट अशी समजली की त्यावेळी काही लोकांना चरितार्थाचे साधन नव्हते. पोट भरण्याची पंचाईत त्यातच जोडीला व्यसनांची सोबत. पण अशा स्थितीतही त्या लोकांना रोजगार नसतानाही आपला चरितार्थ चालवता येई. ते कसे काय जमते, याची चौकशी केल्यावर धक्कादायक उत्तर मिळाले. त्यांच्यापैकी काहींना स्वप्नात मटक्याचे आकडे दिसत असत. त्यांना दिसणारा आकडा दुसऱ्या दिवशी बरोबर येई. आणि त्यांच्या अडचणींचे निवारण होई. हा अजब प्रकार होता. त्याच्यावर विश्वास ठेवणे कठीण होते. पण ज्यांच्या विषयात हे घडत होते ते स्वतःच त्याबद्दल सांगत होते आणि त्या अद्‌भुत मार्गाने त्यांना पैसे मिळत होते. अगदी नेमक्या गरजेसाठीच ह्या मार्गदर्शनाचा उपयोग करून घेतला पाहिजे, असा म्हणे दंडक होता. पुढे असे झाले की एका वर्षी गणेशचतुर्थीला मालवणला जाण्यासाठी माझ्याकडे पैसे नव्हते, अगदीच ओढाताण होती. त्यावेळी मी सुद्धा आजूबाजूच्या लोकांकडून मिळणारे स्वप्नातील मार्गदर्शन माहीत झाल्यामुळे तसे माझ्याही बाबतीत घडावे अशी अपेक्षा बाळगली आणि आश्चर्य म्हणजे मला रात्री स्वप्नात 'अडतीस' हा आकडा दिसला. लोकसत्तेत त्यावेळी शिंदे नावाचा एक शिपाई होता. त्याच्याकडे मी काहीतरी दोन-चार रुपये दिले आणि अडतीस हा आकडा सांगितला. योगायोग म्हणा वा दुसरे काहीतरी म्हणा पण त्या दिवशी तो आकडा बरोबर आला आणि मला मालवणला जाण्यापुरते पैसे मिळाले. ही गोष्ट

आताच्या दिवसात मी बोलणे बरोबर दिसणार नाही, याची कल्पना आहे. पण स्वप्नसृष्टीतून काही मार्गदर्शन वा सहकार्य कसे मिळते याचे दाखले शब्दबद्ध करावेत अशा हेतूने हे माकळेपणे सांगितले आहे. मला खोटे बोलण्याची गरज नाही. माझा हा अनुभव थोडा उणेपणा घेऊनही इथे मी एवढ्यासाठीच सांगितला की अशा घटना नोंदवल्या जाणे इष्ट आहे. पुढे-मागे या विषयावर कोणी अधिक विचार वा संशोधन करणारा निघाला तर त्याला कदाचित ही माहिती उपयुक्त ठरू शकेल.

पुढची हकिकत आणखी विशेष स्वरूपाची आहे. १९५८ मध्ये मी शब्दरंजन स्पर्धा सुरू केली. ती १९६२ पर्यंत व्यवस्थित चालली. शब्दरंजन स्पर्धा व्यवस्थितप्रकारे चालू असताना दोनवेळा मला आलेले अनुभव स्वप्नसृष्टीवर प्रकाश टाकणारे आहेत. एकदा मी आमच्या जुन्या कार्यालयाच्या दरवाजातून प्रवेश करताना एक माणूस मला भेटला आणि तो आपली काही अडचण मला सांगू लागला एवढेच मी स्वप्नात पाहिले. दुसऱ्या दिवशी कार्यालयात जात असताना स्वप्नात पाहिलेला माणूस गेटपाशी माझी जणू काही वाटच पाहात होता. स्वप्नात पाहिला होता तोच. त्याच्या घरावर जप्ती आली होती आणि त्याला काही पैसे तातडीने हवे होते. पडलेले स्वप्न ध्यानात असल्यामुळे मी त्याला त्याची नड भागवण्याइतके पैसे दिले. पण नंतर अशा विषयात आपण थोडे जागरूक राहायला पाहिजे, असा विचार मनात आला. त्यानंतर काही महिन्यांनी एक माणूस माझ्याकडे आला. त्याने कोणत्यातरी धर्मग्रंथाचा सप्ताह केला होता. भागीदाराने त्याला फसवले होते आणि त्यामधून मुक्तता होण्यासाठी त्याने हा सप्ताह केला होता. सप्ताहाच्या शेवटी त्याला स्वप्न पडले, साळगावकरांकडे जा मग तुझी अडचण दूर हाईल. तो माझ्याकडे आला आणि सगळी हकिकत सांगू लागला. तो सांगत आहे त्यावर विश्वास कसा ठेवायचा? असा प्रश्न माझ्यासमोर पडला. त्यावेळी माझ्यासमोर खानोलकर या नावाचे माझे मित्र बसले होते. त्यांना मी या विषयाची सखोल चौकशी करण्यास सांगितले. ते त्याच्या घरी गेले, भागीदारांना भेटले. सर्व चौकशी केल्यानंतर मग मी त्या माणसाला आवश्यक ते सहकार्य हस्ते-परहस्ते मिळवून दिले.

पुढे असे झाले की माझ्यावरच विपरीत परिस्थिती आली. दुसऱ्याला मदत करण्याऐवजी मलाच दुसरा कोणी मदत करील काय? अशा

अपेक्षेने मी वावरू लागलो. स्वाभाविकच त्या काळात मनात असा विचार आला की, इतरांच्या विषयात आपल्याला जसे स्वप्नातून काही मार्गदर्शक आदेश मिळाले तसे आपल्याही विषयात का घडणार नाही? ज्या नियतीने किंवा अदृश्य शक्तीने माझ्या हस्ते इतरांची नड भागवली तर तीच शक्ती माझी नड कोणामार्फत का भागवणार नाही? आणि मग त्या दृष्टीने देवाची करुणा भाकू लागलो, प्रार्थना करू लागलो. आणि आश्चर्य असे की त्यानंतर लगेचच मला एक स्वप्न पडले आणि त्या स्वप्नात महाराष्ट्राबाहेरच्या एका उद्योजकांचे नाव सांगून तो तुला मदत करील, असे सांगितले गेले. मला पडलेले स्वप्न हे साधे स्वप्न नव्हते तो दृष्टांत होता. मी त्या दृष्टांतानुसार महाराष्ट्राबाहेरचे उद्योगपती मला आपणहून काही कळवतील, माझ्याशी संपर्क साधतील म्हणून वाट पाहात राहिलो. पण तसे काहीच घडले नाही. एक-दोन आठवडे वाट पाहिल्यानंतर मग मीच त्यांना पत्र पाठवले. त्या पत्रात सविस्तर मजकूर लिहिला आणि 'माझ्या संदर्भात तुम्हाला काही दृष्टांत झाला आहे का?' असाही प्रश्न विचारला. त्या प्रश्नाचे उत्तर त्यांच्याकडून आले नाही, पुढे काही घडलेच नाही. आता या गोष्टीला बरीच वर्षे झाली, ते उद्योगपतीही काळाच्या पडद्याआड गेले, हयात असते तर मी त्यांना भेटून असा दृष्टांत त्यांना झाला होता का? असे विचारले असते. कारण अशाप्रकारची स्वप्ने दुसऱ्याला पाडण्याची विद्या अस्तित्वात असल्याचे मला समजले होते. तेव्हा ते त्यांनाही समजले असेल तर त्यांनी तसे स्वप्न मीच काही भल्याबुऱ्या मार्गाने त्यांना पाडले असावे, असे वाटूनही त्यांनी त्या स्वप्नाकडे वा दृष्टांताकडे दुर्लक्ष केले असेल. मात्र एक गोष्ट खरी की त्यांनी किंवा कोणीही त्या काळात मला थोडीशी जरी मदत केली असती तर मी त्या रणसंग्रामातून वाचलो असतो. पण ते व्हावयाचे नव्हते. दुसऱ्याला आपल्या मताप्रमाणे स्वप्ने पाडता येतात किंवा नाही, याची मला फारशी कल्पना नाही. असेलही कदाचित! मी त्याही दृष्टीने कुठे काही मिळते का म्हणून बराच शोध घेतला. पण हाताला काही लागले नाही.

एक अनुभव मात्र सांगण्यासारखा आहे. पूर्वीच्या जनसंघाचे एक वरिष्ठ नेते होते. ते विदर्भात राहात, नाव होते बछरासजी व्यास. फार रसाळ बोलत आणि पेशाने वकील होते. मुंबईत आले की मला भेटत.

माणूस मोठा देवभक्त होता. रोजची आह्निक पूजा हे सर्व नियमाने चाले. त्यांच्याशी देवाधर्माबद्दल चर्चा करीत असताना ते मला म्हणाले, "प्रत्यक्षात तर सोडाच पण मला स्वप्नातही कधी देव दिसलेला नाही." बछरासजींचे हे शब्द मी ऐकले आणि मी त्यांना तेथेच म्हणालो, "आज रात्री तुम्हाला स्वप्नात देव दिसेल." माझ्या म्हणण्याकडे बछरासजींनी लक्ष दिले नाही. पण दुसऱ्या दिवशी सकाळी मी उठलो तो बछरासजींच्या फोननेच. ते फोनवर म्हणाले, "अरे भाई साळगांवकर, तुमने तो गजब कर दिया, आज मुझे मंदिर मे भगवान की मूर्ती का दर्शन हुआ." मी खास काही केले नव्हते. आदल्या दिवशी झोपताना मी फक्त माझ्या इष्टदेवतेची प्रार्थना केली होती की बछरासजींना आज स्वप्नात देवाचे दर्शन होऊ दे. देवाने माझी प्रार्थना ऐकली म्हणून म्हणा किंवा योगायोगाची गोष्ट म्हणा पण बछरासजींना तसे स्वप्न पडले आणि माझ्या बोलण्यात काही गूढ शक्ती असल्याचा त्यांचा समज झाला.

१९६२ नंतर 'शब्दरंजन' च्या व्यवसायात अनेकविध अडचणी निर्माण झाल्या आणि धंदा प्रचंड प्रतिकूलतेत सापडला. मानहानी, वित्तहानी या सगळ्या चक्रात मी पुरता भरडून निघालो. यावेळी काही लोक मला मदत करण्याच्या सदिच्छेने पुढे येत होते आणि काही लोक माझ्या त्याही परिस्थितीचा स्वत:च्या मनोविनोदनासाठी उपयोग करून घेत होते. कोणी मी त्यांचा चाकर असल्यासारखे माझ्याकडून आपली कामे करून घेत होते. 'तू दुसरा धंदा सुरू कर. आम्ही मदत करतो' असे आश्वासन खूप लोक देत. पण धंद्याची योजना तयार केली की त्याला फाटे फोडीत राहात. अनेक धंद्यांचा विचार केला. कर्ज तर डोंगराएवढे होते, कार्टात फिर्यादी होत्या, गुंडांच्या धमक्या होत्या. या परिस्थितीतून मार्ग काढण्यासाठी काहीतरी धंदा हातात असणे अतिशय आवश्यक होते. नवनवीन धंद्यांच्या कल्पना मी शोधून काढल्या, इतरही लोक मला सुचवीत पण नेमके काय करावे त्याचा निर्धार होत नव्हता. अशा परिस्थितीत आपण एक वेगळ्या प्रकारची दिनदर्शिका काढावी हा विचार मनात एकाबाजूने पक्का होत होता तेव्हा एका रात्री माझ्या पत्नीला स्वप्न पडले. स्वप्नात कोणा सत्पुरुषाने 'आज त्याच्या मनात जो धंदा आहे तोच करायला सांग आणि तो माझ्याच नावाने करायला सांग.' असे तिला उद्देशून म्हटले. मी गाणपत्य, त्यामुळे स्वप्नातील

आदेश गणपतीनेच दिला असला पाहिजे, हे मी जाणले आणि 'सुमंगल कॅलेंडर कंपनी' या नावाने धंदा सुरू केला. सुमंगल हे गणपतीचे नाव. तो धंदा व्यवस्थित चालला, आयुष्याला एक दिशा मिळाली आणि स्वप्नातूनही योग्य मार्गदर्शन मिळते याची प्रचिती आली.

आता या विषयाला आणखी एक महत्त्वाची बाजू आहे. काहीतरी एक अशी विद्या आहे की ज्यायोगे दुसऱ्याला आपल्या मताप्रमाणे स्वप्न पाडता येते. याची मला आलेली प्रचिती सांगितली पाहिजे. पुण्याचे एक गृहस्थ माझ्या परिचयाचे होते. गृहस्थ साधुसंतांना मानणारा, देवाधर्मावर विश्वास ठेवणारा पण रंगढंग उधळणारा. एक दिवशी अक्कलकोटचे स्वामी माझ्या पत्नीच्या स्वप्नात आले. स्वामींच्याबरोबर हा पुण्याचा माणूस होता. स्वामींनी माझ्या पत्नीला सांगितले, याचे काम कर. तिने सकाळी उठल्या उठल्या ते स्वप्न मला सांगितले आणि आश्चर्य असे की ते सांगत असतानाच तो पुण्याचा गृहस्थ आमच्या घरी दाखल झाला. मी त्याला त्या स्वप्नाची कथा सांगितली. त्यावर तो हसला आणि त्याने आपली गरज माझ्यासमोर मांडली. ती गरज मी तात्काळ पूर्ण केली. मग ही कथा मी माझ्या यंदे नावाच्या एका मित्राला सांगितली. ते म्हणाले, 'त्याला अशी स्वप्ने दुसऱ्याला पाडण्याची काही विद्या अवगत आहे.' यंद्यांनाही हा अनुभव त्याच्या बाबतीत आला होता. अर्थात ही सगळीच गोष्ट थोडी गूढ. त्यामुळे याबद्दल पुढे काही विचार करणे किंवा आणखी लोकांचे अनुभव जमा करणे असे काही जमले नाही.

स्वप्नसृष्टीबद्दल सर्वांनाच कुतूहल असते. पण हे कुतूहल प्रमाणाबाहेर वाढू देण्यात अर्थ नाही. कारण प्लँचेट हा विषय जसा त्याच्या अधिक नादी गेल्यानंतर तापदायक ठरू शकतो तसेच स्वप्नांच्याही आहारी गेले तर पडणारी स्वप्ने दिशाभूल करणारीही ठरू शकतात. रात्री पडणारी स्वप्ने सकाळी विसरून जाणे हेच सर्वसाधारण माणसाच्या दृष्टीने हिताचे होय. मी या गोष्टीचा खूप विचार केला, त्यावर खूप वाचनही केले, अनेकांशी चर्चा केल्या आणि आता डोळ्यासमोर संध्याछाया नाचू लागल्यावर आपल्याला आलेले अनुभव कुठेतरी शब्दबद्ध करून ठेवावेत, हाच हे लिहिण्यामागे प्रधान हेतू आहे.

स्वप्न या विषयाचा सांगोपांग विचार आपल्याकडे फार पूर्वीपासून होतो आहे. मी याबाबतीत बरेच काही वाचले, खूप लोकांशी चर्चा

केली. अनेक प्रयोग केले पण हे सगळे व्यक्तिगत पातळीवर झाले, आपल्याकडे एक अशी परंपरा आहे की आपण देवाधर्माचा विचार सामूहिक हितानहिताच्या दृष्टीने फारसा करीत नाही. आपल्याकडे सामाजिक प्रार्थना नाही. देवाच्या संबंधी आपल्याला काही अनुभव आला तर तो व्यक्तिगत पातळीवरच राहतो. अनुभवाचे आदान-प्रदान होत नाही. अर्थात हे आदान-प्रादान एक विशिष्ट वैचारिक पातळी असलेल्या लोकांमध्येच व्हावयास हवे. माझ्या माहितीच्या कित्येक लोकांच्या विषयात त्यांची पत्नी, सून, भावजय गरोदर असताना घरातील कोणाला तरी होणारी संतती चांगली असेल, असे स्वप्न पडल्याचे दाखले आहेत. अनेक मोठमोठ्या लोकांना स्वप्नातून मार्गदर्शन मिळाल्याचे आपण पुस्तकातून वाचतो. स्वप्नसृष्टी ही गूढ आहे. पण विश्वात वावरणाऱ्या काही अदृश्य पण प्रभावी शक्ती स्वप्नांतून मार्गदर्शक ठरू शकतात, अशी श्रद्धा आपण मानतो. तर आधुनिक विज्ञान हे सगळे मनाचे खेळ आहेत, असे मानून हा विषय निकालात काढतो. मनाचे खेळ असतीलही पण हे मनाचे खेळ आपल्याला नियंत्रित करता येतील काय? मनाची शक्ती तितक्या मोठ्या प्रमाणात आपण वाढवू शकू काय? याचा विचारही झाला पाहिजे. पं. भीमसेन जोशी यांनी सांगितलेली एक गोष्ट अशी की, एके ठिकाणी भीमसेनजींचे गाणे काही दिवस चालणार होते, तिथल्या गाण्यात मनासारखी रंगत येईना. भीमसेनजींच्या घरात ज्यांची पिढ्यान्‌पिढ्या भक्ती चालली आहे ते राघवेंद्रस्वामी भीमसेनजींच्या स्वप्नात आले आणि त्यांनी त्यांना शास्त्रीय संगीत गाण्याबद्दल प्रात्यक्षिकांसह मार्गदर्शन केले. स्वत: भीमसेनजींनी ही गोष्ट मला सांगितली आहे. आता हा मनाचा खेळ कसे म्हणणार?

स्वप्नांविषयी अधिकाधिक विचार करू लागलो की हे सगळे अतर्क्य आहे, याची जाणीव होते आणि जेवढा विचार करावा तेवढी मती अधिकाधिक गुंग होऊन जाते. पुन्हा एकदा सांगतो, हा विषय इतका नाजूक आहे की ज्यांचे मन बलवान नसेल त्यांनी या विषयाच्या वाटेला जाण्यात अर्थ नाही. अगदी त्रयस्थाच्या भूमिकेतून या गोष्टीकडे जे पाहू शकतात त्यांच्यासाठी मात्र ही एक विचार करण्यासारखी गोष्ट आहे, हे खरेच.

◆

श्वास जसा अडलेला

मंगेश पाडगावकर

लहानपणापासून मला नेहमीच स्वप्नं पडत असतात. कविता मला सुचते तेव्हा काय होतं? अचानक मनात एखादी ओळ उभी होते. कुठून येते ही ओळ? ती अंतर्मनातून अचानक येते. अंतर्मनाचा हा व्यापार जाणीवपूर्वक न्याहाळता येत नाही आणि म्हणूनच कविता सुचणं या प्रक्रियेला अद्‌भुताचा रंग अनेकजण देतात. पण या सुचण्याचा खोल संबंध या अंतर्मनाशी असतो. अगदी तसंच मला स्वप्नांविषयी वाटतं. कविता जशी सुचते तसंच झोपेत स्वप्न सुचतं. काही वेळेला या स्वप्नांचे घटक इतके उलटसुलट आणि वास्तवाचे भान अस्ताव्यस्त करणारे असतात की त्यांच्याविषयी काही तर्कशुद्ध बोलणं अशक्य व्हावं.

मी कवी असल्यामुळे माझ्याबाबतीत अंतर्मनाचा हा व्यापार किंवा ही प्रक्रिया अत्यंत महत्त्वाची असते हे मी वेगळं सांगायला नको. आणि म्हणूनच मला सतत स्वप्नं पडत असतात. काहीवेळा तर स्वप्नात घाबरून मी घामाघूम झाल्यागत जागा होतो. जागा झाल्यावर कळतं की काहीच घडलेलं नाही. पण घाबरून जरी जागा झालो तरी स्वप्नात काय पाहिलं ते मला आठवतं असं मात्र मुळीच घडत नाही. पण इतका त्याचा तीव्र परिणाम माझ्या मनावर होतो त्याअर्थी झोपेत का होईना स्वप्नातली ती घटना मी अत्यंत उत्कटपणे जगत असणार याविषयी मला शंका नाही.

माझी आई सांगायची की मी लहानपणी झोपेत बोलत असे. इतका बोलत असे की काहीवेळा आई मला घाबरून जागे करायची आणि मग मी पुन्हा झोपायचो. मी जागेपणी बोलतो ते शहाणपणाचं की झोपेत बोलतो ते शहाणपणाचं की दोन्ही मूर्खपणाचं हे काही मला सांगता

येणार नाही. मी काय बोललो ते सांग असं मी आईला म्हणायचो तेव्हा ती सांगे की तू काय बोलतोस ते कळत नाही. तुझे उच्चार अतिशय अस्पष्ट आणि बोबडे असतात. खरं तर माझी वाणी कधीही अस्पष्ट किंवा अडखळणारी असल्याची तक्रार कधीच कुणी केली नाही. पण झोपेत मात्र ती अस्पष्ट होते आणि अडखळते. लहानपणीची आणखी एक गोष्ट आईनेच सांगितलेली.

मला झोपेत चालायची सवय होती. एकदा तर मी झोपेत उठून दरवाजा उघडून बाहेर निघालो होतो. त्यावेळी आमचे घर पहिल्या मजल्यावर होते. त्या अवस्थेत मी जर जिन्यावर पाय टाकला असता तर कदाचित कपाळमोक्ष झाला असता. पण तसं काही होण्याआधीच घरातल्या माणसांनी मला आत आणलं.

सांगण्याचं तात्पर्य हे– माझं कविता लिहिणं, मला स्वप्न पडणं किंवा झोपेतून उठून चालणं हे सगळे माझ्या अंतर्मनाचे जबरदस्त खेळ आहेत.

आता प्रश्न आहे तो असा की ह्या स्वप्नांविषयी मी काही सांगणं. हे मी सांगणं म्हणजे मला झोपेत पडलेली ही स्वप्नं जागेपणी जशीच्या तशी आठवतात हे गृहीत धरणं झालं. मी जेव्हा या गोष्टीचा विचार करतो तेव्हा माझ्या असं लक्षात येतं की मला सहसा स्वप्नं आठवत नाहीत. त्या स्वप्नांचा माझ्यावर झालेला भावनात्मक परिणाम मला जागेपणी तीव्रतेने जाणवतो. पण स्वप्नातला प्रसंग मात्र आठवतोच असं नाही. काहीवेळा त्या भावनात्मक परिणामाच्या अनुषंगाने अमुक अमुक स्वप्न पडलेलं असणार असा प्रसंग किंवा घटना मी माझ्या मनात उभी करतो, पण ती त्या स्वप्नाची खरीखुरी आठवण असते की त्या भावनात्मक परिणामाला मी दिलेलं ते प्रसंगाचं काल्पनिक रूप असतं हे सांगणं मोठं कठीण आहे. काही लेखक त्यांना पडलेल्या पन्नास-पन्नास स्वप्नांचे तपशीलवार वर्णन देऊ शकतात असं मी ऐकलं. मला या गोष्टीचं मोठं आश्चर्य वाटतं...

अंतर्मनाचा जो व्यापार स्वप्नात आकार धारण करतो तो आकार प्रत्येकवेळी वर्णनाच्या आवाक्यातला असतोच असे नाही. याचं कारण असं की झोपेत अंतर्मनातले अनेक प्रसंग आणि प्रतिमा उलटसुलट पद्धतीनं एकत्र येऊन आकारतात. स्वप्नात एक बैल आला. त्याच्या

अंगातून फुलपाखरे उडू लागली. त्या फुलपाखरांवर आकाशातून मधाचे थेंब वर्षू लागले. मग फुलपाखरे गाणे म्हणू लागली. त्या गाण्यातून सुगंधाच्या लाटा उंचबळू लागल्या. समजा हे एक स्वप्न आहे. या स्वप्नातली प्रत्येक प्रतिमा स्वतंत्ररितीने पाहिली तर वास्तवाच्या पायावर उभी आहे. बैल आणि फुलपाखरं या दोघांनाही वास्तवाची भूमी लाभलेली आहे. पण त्यांनी एकत्र येऊन या स्वप्नात जो आकार धारण केला त्याचा वास्तवाशी काहीही संबंध नाही. हे स्वप्न मला पडलेलं नाही. स्वप्नातल्या प्रतिमांचे आकार वास्तविक तर्काच्या पलीकडचे असतात हे सांगण्यासाठी उदाहरण म्हणून मी हे स्वप्न रचले. अशातऱ्हेची स्वप्नं पडली तर त्याचा भावनात्मक परिणाम जरूर होईल. पण ती आठवून सांगणं कसं शक्य होणार? कारण स्मरणाला आवश्यक असलेला वास्तवाचा धागाच तिथे नाही किंवा वास्तवाचं अवास्तव विरूपीकरण हेच तिथे घडतं. मला पुष्कळवेळा अशातऱ्हेची स्वप्नं पडत असणार असं मला वाटतं. काहीतरी चमत्कारिक, विक्षिप्त, अवास्तव झोपेत घडल्यासारखं मला जाणवतं. पण हे स्मरणसत्य किती? नंतर बुद्धीने केलेली चिकित्सा असते का हे सांगणं कठीण आहे. पण एक गोष्ट खरी, या प्रतिमांनी कितीही उलटसुलट आकार स्वप्नात धारण केले तरी त्यांचा भावनात्मक परिणाम माझ्यावर होतो. बहुधा हा परिणाम कसल्यातरी भीतीचा, कसल्यातरी– ज्याचं स्पष्टीकरण देता येणार नाही– अशा घाबरलेपणाचा असतो.

माझ्या स्वप्नांचा मी विचार करतो तेव्हा मला नेहमी अशी जाणीव होते की माझ्या अंतर्मनातल्या खोल खोल अशा असुरक्षिततेच्या भावनेचा आणि त्याचंच रूप असलेल्या भीतीचा साक्षात संबंध आहे. व्यवहारात वागताना मी चांगला आत्मविश्वासाने वागत असतो. पण त्या आत्मविश्वासाच्या मागे, खरे म्हणजे माझ्या त्या कमावलेल्या आत्मविश्वासाच्या मागे असतो भ्यालेला एक लहान मुलगा. तो काळोखात एकटाच उभा असतो. आई नाही, बाबा नाही, अवतीभोवती कुणीच नाही. झाडाच्या फांद्यातून किंचाळणारा वाराच फक्त. असं ते मूल आहे घाबरलेलं. पण त्याला जगायचं आहे आणि जगायचं म्हणजे हे घाबरलेपण चालायचं नाही हे त्याला कळतं. आणि म्हणून ते मूल आत्मविश्वासाची भक्कम ढाल पुढं करून जगतं. यश मिळवत जातं,

यशामुळे आत्मविश्वास अधिकच जबरदस्त होतो. पण त्या आत्मविश्वासाच्या ढालीच्यामागे, खोल खोल मागे उभा असतो काळोख. आणि त्या काळोखात उभं असतं एक घाबरलेलं मूल. मला आठवणारं एक स्वप्न असं की आजूबाजूला कुणीच नाही अशा निर्जन जागी मी एकटा आहे आणि इतक्यात डरकाळ्या फोडीत एक वाघ येतो आणि तो माझ्यावर झडप घालतो. मी जागा होतो. भीतीने थरथरणारं शरीर मला जाणवतं. स्वप्नात पाहिलेल्या वाघाचा असा परिणाम माझ्या शरीरावर व्हावा याचं मला आश्चर्य वाटतं.

वेंगुर्ल्याला मी लहान असताना होतो. आमच्या घराच्या अगदी जवळ समुद्र होता. प्रचंड मोठा वाळूचा किनारा. आम्ही या किनाऱ्यावर खेळायला जात असू. बरोबर अर्थातच वडिलमंडळी असत. त्यामुळे परत घरी येताना जरी अंधार झाला तरी घाबरण्याचं कारणच नसे. पण एकदा मला या किनाऱ्यावर गेल्याचं स्वप्न पडलं असं आठवतं. किनाऱ्यावर मी एकटा आहे. दाट काळोख. भीती वाटावा असा काळोख. पावसाच्या धारा जोरजोरात कोसळताहेत. आणि त्या धारांच्या पिंजऱ्यात मी ओक्साबोक्शी रडत उभा आहे. पावसाचं सौंदर्य, समुद्रकिनाऱ्याचं समुद्र-सौंदर्य जागेपणी मी अनेकदा अनुभवलेलं आहे. माझ्या कवितांतून हे सौंदर्य मी अनेकदा व्यक्त केलं. पण असं असतानासुद्धा स्वप्नात हा समुद्रकिनारा माझ्या मनातल्या भीतीशी का जोडला जावा? तो किनारा माझ्या स्वप्नात असताना त्याला आनंदाचा किंवा सौंदर्याचा स्पर्शही का नसावा? याचं उत्तर मला देता येणार नाही. पण एक खरं की अंतर्मनातल्या असुरक्षिततेशी आणि भीतीशी माझी स्वप्नं संबंध जोडतात.

काही वेळा काही स्वप्नं म्हणजे आश्चर्य वाटावं अशी आठवण असते. मी लहानपणी वेंगुर्ल्याला होतो तेव्हाची गोष्ट. माझं वय असेल तेव्हा चार किंवा पाच वर्षाचं. माझ्या आजीकडे आम्ही राहात असू. आजी खूप म्हातारी होती. आजीची धाकटी बहीणही म्हातारीच. ती आमच्या वेंगुर्ल्याच्या घरी अनेकदा राहायला येत असे. तशी ती आली होती. आमच्या घराला मागील दाराची पडवी होती. तिथे जातं ठेवलेलं असे. दळणाचे काम घरातल्या बायका त्या जात्यावर बसून करत. एकदा माझ्या आजीची ही बहीण म्हणजे आजी जात्यावर काहीतरी

दळत होती. समोर मी बसलो होतो. माझी ही आजी गोरीपान होती. दळताना तिने एक पाय दडून घेतला होता आणि एक पाय सरळ सोडला होता. सरळ ठेवलेल्या पायावरचं पातळ वर सरकलेलं होतं. आणि तिच्या गोऱ्यापान पोटऱ्या मला दिसत होत्या. इतक्यात एक डास येऊन तिच्या पोटरीवर बसला. आजीने दळण थांबवलं. आणि हाताने फटका लगावून तो डास मारला. तिच्या गोऱ्यापान पोटरीवर त्या डासाच्या रक्ताचा लालभडक डाग मला दिसला. ही गोष्ट इथेच संपली.

आश्चर्याची गोष्ट म्हणजे आता माझ्या त्र्याहात्तराव्या वर्षी हे दृश्य (प्रसंग) तसेच्या तसे मला स्वप्नात दिसले. आजीच्या गोऱ्यापान पोटरीवरचा तो मेलेल्या डासाच्या रक्ताचा लाल डाग अगदी मी जणू काही प्रत्यक्ष पाहिला. मी जागा झालो आणि स्वप्न मला आठवल्यामुळे विचार करू लागलो का हे स्वप्न मला पडलं? आजीविषयीचा काही विचार, काही आठवण अलीकडे काही कारणामुळे माझ्या मनात आली होती काय? मी शोध घेण्याचा प्रयत्न केला. पण तसे काहीही घडलेले नव्हते. मग हे स्वप्न मला कशामुळे पडले. स्वप्नात आजी किंवा जाते या प्रतिमा महत्त्वाच्या नव्हत्या. गोरीपान पोटरी आणि तिच्यावरचा डासाच्या रक्ताचा तो लाल डाग हेच मला ठसठशीतपणे दिसत होते आणि जाणवलेले होते. चौथ्या पाचव्यावर्षी पाहिलेली ही अर्थशून्य गोष्ट त्र्याहत्तराव्या वर्षी माझ्या स्वप्नात कशी कशासाठी आली? तिचा संबंध माझ्या अंतर्मनातल्या असुरक्षिततेशी किंवा भीतीशी मुळीच नव्हता. मी फक्त गोऱ्यापान पोटरीवरचा रक्ताचा डाग अचंब्याने पाहात होतो. माझ्या चौथ्या वर्षीचा तो अचंबा त्र्याहत्तराव्या वर्षीच्या स्वप्नात जसाच्या तसा ताजा होता. अगदी तितकाच खरा होता. काय याचा अर्थ? माझ्या कुठल्या खोल खोल गरजेशी ही गोऱ्यापान पोटरीची प्रतिमा बांधली गेलेली आहे? आणि तशी ती असेल तर जागेपणी मी मनातल्या मनात कोकणातल्या वास्तव्याच्या अनेक आठवणी काढीत असताना ही आठवण मला कधीच का येऊ नये? आणि यावी तर ही अशी स्वप्नात?

मनोव्यापाराची चिकित्सा करणारा एखादा तज्ज्ञ या प्रतिमेचा विशिष्ट अर्थ लावीलही! पण तोच अर्थ खरा असेल याला पुरावा काय? किंवा

असं म्हणता येईल की अर्थशून्यता हाच काही स्वप्नांचा अर्थ असतो? हा अर्थातच शब्दांचा खेळ झाला, पण अर्थशून्यता जाणवते, तेव्हा स्वप्नात असो की जीवनात असो, थोडा खेळ खेळला की बरं वाटतं.

गेल्या काही वर्षांत मला जी स्वप्न पडतात ती मला आठवत नसली तरीसुद्धा जागा झाल्यानंतर मला कळून चुकतं की जी भीती स्वप्नात मी तीव्रतेनं अनुभवली ती भीती मरणाची होती. वार्धक्य तर आलेलं आहेच. ते बऱ्यापैकी चालत पुढं गेलेलं आहे. तेव्हा आज ना उद्या मरण येणार हे काही कुणी मला सांगायला नको. कधी कधी मी म्हणतो मी तिकीट काढलंय. पण अजून तरी पक्कं रिझर्वेशन मिळालेलं नाही. मी वेटिंग लिस्टवर आहे! असं म्हणत मीच माझ्या विनोदाला मोठ्याने हसतो. मरण या वस्तुस्थितीचा मी इतका हसत स्वीकार केलेला असूनसुद्धा मरणाच्या या भीतीची स्वप्नं कशी? जागेपणी ज्याने स्वीकार केला तो जागेपणामागच्या खोल झोपेत टरकलेला आहे की काय?

अनेकदा मला कविता लिहिल्याचे स्वप्न पडते. अगदी हुबेहूब जशी मी प्रत्यक्षात कविता लिहितो तसे स्वप्नात माझे लेखन होते. माझ्या मनात कविता जुळते तशी हुबेहूब स्वप्नात जुळते. मग स्वप्नातच माझ्या मनात विचार येतो कविता तर स्वप्नात पूर्णपणे जुळलेली आहे. आता वहीत पूर्णपणे लिहून काढावी. मग पुन्हा विचार येतो, नाहीतरी आपल्याला आता ही पाठच आहे. नंतर लिहू, मला जाग येते तेव्हा कविता लिहिल्याचे आठवते. पण काही केल्या कवितेचा एक शब्दही आठवत नाही. हा अनुभव मला अनेकदा आलेला आहे. एकदा मात्र कविता लिहिल्याचे स्वप्न मला पडले. जागे झाल्यावर कविता मला आठवेना. दोन दिवस मी ती संपूर्ण लिहिलेली कविता आठवण्याचा प्रयत्न करत होतो. आणि अचानक ती कविता जशीच्या तशी माझ्या मनात उभी राहिली. जशी काही कुणीतरी ती लिहूनच माझ्या मनात ठेवलेली होती. मी चकित झालो. पण शेवटी भाबडेपणा आपल्याला नको असतो. पण मी असा विचार करू लागलो की स्वप्नात मी लिहिलेली कविता आणि प्रत्यक्षात माझ्या मनात सहजपणे उभी राहिलेली कविता एकच होत्या कशावरून? कारण असे की अशातऱ्हेचे कसलेही स्वप्न न पडतासुद्धा माझ्या मनात आश्चर्य वाटावे इतक्या सहजपणे विनाप्रयत्न कविता उभ्या राहिल्या आहेत.

पडलेलं स्वप्न खरं झालं, असं कधी झालं का? असा एक प्रश्न या संदर्भात विचारला जातो. याबाबतीत एका स्वप्नाचा अनुभव मला आठवतो. आणि तो सांगावासा वाटतो. हे स्वप्न मी एम.ए. च्या परीक्षेला बसलो तेव्हाचे आहे. तेव्हा माझी परिस्थिती चांगली नव्हती. मला नोकरी नव्हती. एम.ए. ला पहिल्या वर्गात पहिला येऊन सुवर्णपदक मिळावे अशी माझी महत्त्वाकांक्षा होती. बी.ए.च्या वेळी परीक्षेत पहिल्या वर्गात पहिला येऊन मी सुवर्णपदक मिळवले होते. एम.ए.च्या परीक्षेच्यावेळी मी अक्षरश: रात्रीचा दिवस करून अभ्यास केला. या अभ्यासाचा आणि मानसिक दडपणाचा ताण माझ्यावर इतका पडला की एम.ए.च्या एका पेपराच्या आधल्या रात्री माझा उजवा हात संवेदनाशून्य झाला. मी घाबरून लहान मुलासारखा रडू लागलो. माझ्या बायकोने माझी खूप समजूत घातली. तेल लावून हाताला मालिश केले. माझा आत्मविश्वास जागा होईल अशी ती बोलत राहिली. तिने फोन करून श्री. पु. भागवतांना घरी बोलावले. दोघांनी मला धीर दिला. तरी मी त्यांना म्हणालो, उद्या मी परीक्षेला बसत नाही. मला ते शक्य नाही.

दुसऱ्या दिवशी सकाळी श्री. पु. भागवत आणि माझी पत्नी यशोदा यांनी माझी खूप समजूत घातली. आणि मला टॅक्सीत बसवून परीक्षेच्या केंद्रावर नेले. तिथेही परीक्षेला बसत नाही असंच म्हणत होतो. पण शेवटी एकदाचा हॉलमध्ये गेलो, आणि पेपर लिहिला. माझी तयारी उत्तमच होती. त्यामुळे पेपर मी उत्तमच लिहिलेला असणार. मी घरी आलो. आणि रात्री झोपलो तेव्हा मला एक स्वप्न पडले. स्वप्न असे की यशोदा आणि श्री. पु. भागवत मला गोव्याला घेऊन गेले आहेत. गोव्याला ते पाडगावकरांची कुलदेवता असलेल्या शांतादुर्गेच्या देवळात मला दर्शनासाठी घेऊन गेले आहेत. मी देवळात जातो, देवीसमोर उभा राहातो आणि नमस्कार करतो. जायला परत वळतो. तर देवी मला हाक मारते. मी वळून तिच्याकडे पाहातो आणि काय म्हणून विचारतो. ती माझ्या हातावर सुवर्णपदक ठेवते आणि म्हणते 'हे तुझे एम.ए. चे सुवर्णपदक'. स्वप्नातून मी जागा होतो. सुवर्णपदक मिळवावे ही उत्कटपणे इच्छा असल्याने मला हे स्वप्न पडले असावे अशी मी मनोमनी चिकित्सा करतो. पण देवीने माझ्या हातावर ठेवलेले हे सुवर्णपदक प्रत्यक्षात मुंबई विद्यापीठाने माझ्या हातावर ठेवले.

अशी ही जागेपणी पाहिलेली स्वप्नांची दृष्य कथा. यातले स्वप्न कुठले? आणि यातले जागेपण कुठले? हे सांगणे कठीण. एका वेगळ्या नजरेने पाहिले तर आपले जागेपण हेसुद्धा एक स्वप्नच असते. जागेपणच का सगळे जगणे हे स्वप्न आहे असे म्हणायला हरकत नाही. जगणे हे जर स्वप्न आहे असे म्हटले तर ती झोप कुठली? ती झोप अज्ञाताची, आत्मविस्मृतीची असे म्हणता येईल का? असेच म्हणावे लागले.

◆

भूलभुलैय्या

कांचन घाणेकर

'सा रे ग म प' हा दर्जेदार संगीतमय कार्यक्रम झी टी.व्ही.वर परत एकदा सुरू झाला आहे. या कार्यक्रमाचा संवादक आहे हसतमुख गायक शान. एका शुक्रवारच्या कार्यक्रमाचा समारोप करत शान प्रेक्षकांना उद्देशून म्हणाला, "आपको सुखद नींद और सुनहरे सपने मिले।' त्याचे अशा शब्दात सदिच्छा व्यक्त करणे मला तर खूपच भावले. त्यातील 'सुखद नींद' व 'सुनहरे सपने' हे दोन शब्द तर खूप वेळ मनात रुंजी घालत राहिले.

निसर्गनियमांच्या घड्याळाबरोबर हे विश्व चालवताना विश्वनियंत्याने मानसिक स्वास्थ्याचाही विचार केला आणि आणखी एक वरदान आपल्या पदरात टाकले, निद्रेचे. काही वेळेला अन्न नाही मिळाले तरी चालेल, पण थोडी तरी झोप मिळाली तर बरं वाटेल असं वाटतं.

या निद्रेबरोबरच परमेश्वराने आणखी एक नितांत सुंदर भेट माणसाच्या पदरात टाकली आहे; ती म्हणजे स्वप्नांची. मला वाटतं विनामूल्य मिळणारी ही एकमेव गोष्ट जगात असेल. ही स्वप्नं एकापासून अनेक या संख्येपर्यंत अमर्याद असू शकतात. दिवस अथवा रात्री कुठल्याही प्रहरी घेतलेल्या झोपेत स्वप्नं पडतात. ना त्यांना स्थळकाळाचं बंधन ना विषयांचं. काही स्वप्नं कधीही न विसरता येणारी तर काही चटकन विसरली जाणारी. काही स्वप्नं सूचक, भविष्याचा वेध घेणारी तर काही स्वप्नं कुठलाही संबंध, संदर्भ नसलेलीही असतात. काही स्वप्नं आपल्या सुप्त इच्छांचे प्रतिबिंब दाखवणारी, तर काही अचाट या प्रकारात मोडणारी असतात. काही वेळेला अवतीभवती घडणाऱ्या घटनांचे पडसादही ह्या स्वप्नांतून उमटतात. माणसाला शेवटपर्यंत सोडून न जाणारी एकमेव गोष्ट म्हणजे 'आशा'. तिचे स्वरूपही

वेळोवेळी बदलणारे. स्वप्न आणि आशा यांची बिंब-प्रतिबिंबासारखी साथ असते, असं मला वाटतं. जे आपल्याला व्हावंसं वाटतं ते बऱ्याच वेळा आपण आपल्या स्वप्नात मूर्त स्वरूपात पाहातो.

माझ्या आठवणीतील माझं पहिलं स्वप्न मी कोल्हापूरला (माझं जन्मगाव) राहात असतानाचे आहे.

१९५५ चा सुमार असावा. एके रात्री मी स्वप्नात साईबाबांसारखी दिसणारी एक व्यक्ती पाहिली. ती व्यक्ती आमच्या घराच्या दारात उभी राहून मला आपल्याबरोबर चलण्याविषयी आग्रह करीत होती. त्यावेळी आईपेक्षाही मला माझ्या आजीविषयी अधिक ओढ होती. तिचा अधिक लळा होता. त्यामुळे तिच्यापासून दूर जाण्याच्या कल्पनेने मी स्वप्नातही कासावीस झाल्याचे आजही मला आठवते. खूप घाबरूनच मी त्या स्वप्नातून जागी झाले होते. आणि माझी आजीच्या कमरेभोवतीची मिठी अधिकच घट्ट झाली होती. त्यानंतर कितीतरी दिवस साईबाबांचे नाव घ्यायलाही मला भीती वाटायची. माझ्या प्रिय आजीपासून दूर न्यायला पाहणारे म्हणून मला त्यांचा खूप राग यायचा. मी हे स्वप्न खरंच मानून चालले होते. त्यामुळे मी ते कुणाला सांगितलेही नाही. अगदी आजीलाही नाही. इतका मी त्याचा धसका घेतला होता.

चित्रपटसृष्टीत शिरडीच्या साईबाबांचे प्रस्थ खूप पूर्वीपासून आहे. साईबाबांचे परमभक्त म्हणून संगीतकार सी. रामचंद्र यांचे नाव प्रामुख्याने घ्यावे लागेल. खूपसे चित्रपट व्यावसायिक वेळात वेळ काढून बाबांचे दर्शन घेण्यासाठी धावत पळत शिरडी गाठीत. माझी आई (अभिनेत्री सुलोचना) नास्तिक नसली तरी कर्मकांडातही न गुंतणारी आहे. पण तिच्या कपाटातही साईबाबांची छोटीशी तसबीर होती. सकाळी शूटिंगसाठी निघताना ती त्या तसबिरीला नमस्कार करून बाहेर पडायची. त्याच सुमारास कोल्हापूर येथे 'शिरडीचे साईबाबा' हा मराठी चित्रपट प्रदर्शित झाला होता. तो मी पाहूनही आले होते. कदाचित या सर्वांचा परिणाम म्हणूनही हे स्वप्न पडले असावे.

यानंतर ठळकपणे स्मरणात असलेले स्वप्न म्हणजे १९५६ सालातील. याची पार्श्वभूमी मात्र दु:खद होती. त्यावर्षी ऑक्टोबर महिन्यात माझ्या आईने आम्हा सर्वांना 'जवाहर' या हिंदी चित्रपटाच्या आऊटडोअर शूटिंगसाठी दिल्लीला नेले होते. त्याचवेळी ही दुर्घटना घडली. माझे

वडील एकटेच त्यावेळी कोल्हापूरच्या आमच्या घरात होते. २८ ऑक्टोबर रोजी हृदयविकाराच्या तीव्र झटक्याने वयाच्या चोपन्नाव्या वर्षी त्यांचा अकाली मृत्यू झाला. त्यावेळी माझे मामा आणि वडिलांची नातेवाईक मंडळी तिथे होती. आम्ही दिल्लीहून येताच तातडीने कोल्हापूरला निघालो.

मला अगदी कोल्हापूरला पोहोचल्यावर ही बातमी सांगण्यात आली. घराच्या बाहेरच्या दारातच बसकण मांडून मी भोकाड पसरले; त्यावेळी मी नऊ वर्षांची होते. एकुलती एक. शिवाय मुलगी म्हणून माझ्या वडिलांचा माझ्यावर फार जीव होता. माझी आई शूटिंगमध्ये खूपच व्यस्त राहिल्यामुळे तिच्यापेक्षा वडिलांचा सहवास व लळा मला अधिक होता. त्या रात्री घरात झोपलो असता, मी माझ्या वडिलांना स्वप्नात पाहिले. ते घरातील नेहमीच्या वेषात होते. पांढरा पायजमा, अर्ध्या बाह्यांचा पांढरा शर्ट, खांद्यावर नॅपकिन, नुकते आंघोळ करून आल्यासारखे डोक्यावरचे केस. माझ्या वडिलांचे व्यक्तिमत्त्व खूपच भारदस्त होते.

त्यांना दार उघडून आत येताना पाहून मी जवळ जवळ किंचाळलेच. "साहेब तुम्ही कसे आलात? तुम्ही तर मेला होतात ना?" माझ्या या प्रश्नावर ते गडगडाट केल्यासारखे नेहमीप्रमाणे मोठ्याने हसले आणि म्हणाले, "मी कुठे गेलोय? मी तर इथेच आहे. तुला सोडून कुठे जात नाही." साहेब त्या घरातच आहेत हे ऐकून त्या स्वप्नावस्थेत मला किती आनंद झाला होता हे शब्दात सांगणे कठीण आहे. एक सांगायचं राहिलं. माझ्या वडिलांना घरातील आणि बाहेरचेही सगळेच 'साहेब' म्हणत. त्यांचे नाव आबासाहेब होते. त्यामुळे मीही त्यांना तशीच हाक मारायची. त्यांना ते अजिबात आवडायचे नाही. ते घरात सर्वांना कळवळून सांगायचे, कांचनला मला आबा, बाबा म्हणायला शिकवा. पण मीही खूपच हट्टी होते. कुणाचं कधी ऐकलंच नाही. कदाचित जाणतेपणी मी वडिलांच्या इच्छेप्रमाणे केलेही असते. पण त्यांनी तितका वेळ मला दिला नाही. आजही ती आठवण फार त्रास देते.

वडिलांच्या इतकीच किंवा त्याहून अधिकच जवळीक माझी माझ्या आजीशी होती. मी तर तिला आईच म्हणायची आणि प्रत्यक्ष आईला आत्ती (आत्या– सर्व मामेभावंडं म्हणत म्हणून). १९६५ साली ती हृदयविकाराने गेली. तशी ती शरीराने स्थूल होती. हाय ब्लडप्रेशर होते;

संधिवात त्रास द्यायचा. त्यामुळे शेवटी शेवटी तिचे घराबाहेर पडणेही क्वचितच व्हायचे. शिवाय आम्ही तिसऱ्या मजल्यावर राहात होतो. लिफ्ट नव्हती. पण माझा या आजीवर इतका जीव की, क्षणभरही मी तिला विसरायची नाही. कॉलेजची चार वर्षे मी फक्त लेक्चर करताच गेले. तिच्या सहवासात अधिकाधिक वेळ राहायचे. ती जाण्यापूर्वी तीन महिने मला एक स्वप्न सतत पडायचे. मला त्यात तिचा मृतदेह दिसायचा. त्या स्वप्नातून जागी झाले की, जीव नुसता धास्तवायचा. मी देवाकडे ते स्वप्न खोटे ठरावे म्हणून सारखी प्रार्थना करायची. पण २४ फेब्रुवारी १९६५ चे विधिलिखित अटळ होते.

खरं तर प्रत्येकाच्या इच्छा-आकांक्षेप्रमाणे प्रत्येकाची स्वप्नं वेगवेगळी असतात. पण चित्रपटसृष्टीतील एक ख्यातनाम व्यक्ती स्वप्नात आली की, माझ्या आईला व मला दोघींनाही कोणती ना कोणती वाईट बातमी ऐकायला मिळते. गेल्या पंचवीस-तीस वर्षांत ही गोष्ट अगणित वेळा घडली आहे. ती व्यक्ती स्वप्नात आली की, त्या दिवशी आई व मी टेन्शनमध्ये असतो. काय वाईट ऐकायला मिळते याची धास्ती वाटत राहते, त्या व्यक्तीचं स्वप्नं पडलं की, आम्ही दोघी एकमेकींना सांगतही नाही. पण वाईट बातमी समजली की, मग मात्र आम्ही म्हणतो, "आज हे असं कळणार वाटलंच होतं. 'त्यांचं' स्वप्न पडलं होतं ना." पण आणखी एक मजेशीर गोष्ट म्हणजे अभिनेत्री जयश्री गडकर माझ्या आईच्या स्वप्नात आल्या की, हमखास माझ्या आईचा नव्या चित्रपटाचा करार होत असे. जयश्री गडकर यांचे स्वप्नात होणारे आगमन लक्ष्मीच्या पावलांचे ठरत असे, कोल्हापूरचे बाबा (चित्रतपस्वी भालजी पेंढारकर) माझ्या स्वप्नात आले की, अगदी निश्चितपणे एखादी आनंदाची सुवार्ता समजते, बाबांचे स्वप्नात येणे हा एक सुखद अनुभव असतो. माझी आजी स्वप्नात येते ती माझी कानउघाडणी करायलाच.

डॉ. काशिनाथ घाणेकरांचे माझ्या आयुष्यातील आगमन म्हणजे माझ्या पहिल्या प्रेमाची सुखद अनुभूतीच! पण त्या मंतरलेल्या, भारलेल्या दिवसात माझ्या संदर्भातील एखादेही स्वप्न मला आठवत नाही. मात्र त्यावेळी मी व माझे प्रेम एका बाजूला तर त्याला प्रचंड विरोधाची परिस्थिती दुसऱ्या बाजूला अशा काळातील एक मजेशीर स्वप्न मला आठवते. आता त्याला स्वप्न म्हणायचं की गूढ अनुभूती ते आजही

मला ठरवता येत नाही; पण मी ते प्रत्यक्ष अनुभवलंय हे मात्र सत्य आहे. १९७५-७६ चा काळ असावा. त्यावेळी मी एम.ए.चा अभ्यास करीत होते. परीक्षेचे दिवस (एप्रिल-मे) असावेत. मला फारसं जागरण जमायचं नाही. त्यामुळे नेहमीप्रमाणे आता सकाळी लवकर उठून अभ्यासाला बसावं या विचाराने मी अंथरुणावर पाठ टेकली. देवदयेने मला अजून तरी झोप न येण्याचा 'प्रॉब्लेम' जाणवत नाही. कितीही ताण-तणाव, समस्या असोत निद्रादेवी माझ्यावर सदैव प्रसन्न असते.

त्या दिवशीही मी क्षणात गाढ झोपी गेले होते. आणि मध्यरात्री कधी तरी मला जाग आली. आणि समोरच्या खिडकीतून गडद निळसर रंगाचा अद्‌भुत प्रकाशझोत खोलीत आल्याचे दिसत होते. पूर्वी पाहिलेल्या पौराणिक चित्रपटातून किंवा अगदी नेमके उदाहरण द्यायचे म्हणजे 'प्यासा' चित्रपटात 'वक्तने किया क्या हँसी सितम...' या गाण्याच्यावेळी गुरुदत्त व वहिदा रहेमान यांच्यामधील एका शॉटमध्ये अशाच प्रकारचा प्रकाशझोत योजलेला आहे. माझ्या खोलीतही पसरलेल्या त्या अद्‌भुत झोतात दोन छोट्या आकृत्या बॉल डान्स करताना दिसत होत्या. आमच्या घरात असलेल्या म्युझिकल बॉटलमध्ये अशा बाहुल्या संगीतावर नृत्य करतात याची त्यावेळीही आठवण झाली. खोलीतील अंधार चिरत अवतरलेल्या त्या प्रकाशझोताकडे बघायला आता माझे डोळेही सरावले होते आणि काय आश्चर्य! त्या नृत्य करणाऱ्या आकृत्यांचे चेहरे मला दिसायला लागले तर त्यातील एक डॉक्टर घाणेकर होते व दुसरी मी होते. वास्तविक पाहाता डॉक्टर किंवा मी आमचे दोघांचेही नृत्याशी कधीच सख्य नव्हते. पण मी त्या दिवशी पाहिलेले दृश्य आजही मला पूर्णपणे आठवते. प्रत्यक्षातील स्थूल रूपातील मी स्वत:च सूक्ष्म रूपातील आम्हा दोघांना पाहात होते. हा अनुभव परत कधीच अनुभवाला आला नाही.

विवाहित असणाऱ्या डॉक्टरांच्यावर प्रेम करणं म्हणजे प्रवाहाच्या विरुद्ध दिशेने पोहण्यासारखे होते. विरोधाचा प्रचंड ओघ आपली पुरती दमछाक करणार याचा अंदाज होता. त्यामुळे मी व्रतवैकल्य, पोथी वाचणं, नेमधर्म यात गुंतायला लागले. जणू मी या सर्वांची माझ्या भोवती संरक्षण फळीच उभी करत होते. मनासारखा किंवा इच्छित पती हवा असेल तर दर सोमवारी शिवामूठ वाहावी हा संकल्पही मी

आचरण्यास सुरुवात केली. याच सुमारास (१९७०) काही मराठी कलावंतांचा युरोप दौरा ठरला. काही मराठी चित्रपटांचा एक महोत्सव मॉरिशसमध्ये आयोजिला होता. तर बर्लिन फिल्म फेस्टिव्हलमध्ये 'एकटी' चित्रपटाची निवड झाली होती. माझी आई व डॉक्टर 'एकटी'मध्ये प्रमुख भूमिकेत असल्यामुळे त्यांचे या दौऱ्यावर जाण्याचे ठरले. आईबरोबर मीही गेले होते. मॉरिशसला आठ दिवस राहून आम्ही इजिप्तकडे निघालो. पहिला मुक्काम होता कैरो या शहरी. तेथील प्रेक्षणीय स्थळांच्या यादीत एका मशिदीचा समावेश होता. तिची विशेषता म्हणजे मक्का-मदिना येथील मशिदीची ती लहान आकारातील प्रतिकृती होती. तिथे असलेल्या जिन्याखालील कमानीत उभं राहून इच्छा व्यक्त केली की, ती पूर्ण होते अशी माहिती आमच्या गाईडने दिली. चौदा-पंधरा जणांच्या आमच्या ग्रूपने सांगितल्याप्रमाणे करून मनातल्या मनात आपल्या इच्छा व्यक्त केल्या. अर्थात माझी इच्छा उघड उघड डॉक्टरांची प्राप्ती हीच होती. तशी मी ती व्यक्तही केली. आमचाच पुढचा मुक्काम बर्लिनला होता. दुसऱ्या दिवशी रात्री बर्लिन येथील हॉटेल रूममध्ये मला एका साधुपुरुषाचे स्वप्नात दर्शन झाले. आजही त्यांना मी प्रत्यक्ष पाहते आहे असे ते माझ्या नजरेसमोर उभे राहतात.

कुणीतरी दार वाजवल्यासारखे वाटले. पूर्वीच्या घरांना असतो तसा मोठा लाकडी दरवाजा दिसत होता. डॉक्टरांनी व मी मिळून दार उघडले. एक अत्यंत तेजस्वी साधुपुरुष समोर उभे होते. विवेकानंदांसारखा साफा त्यांच्या डोक्यावर होता. छातीवर रुळणारी पांढरी शुभ्र दाढी, बाराबंदीसारखा लांब बाह्यांचा पायघोळ अंगरखा, हातात (डाव्या) जाडजूड सोटा, अशा काही गोष्टी आजही ठळकपणे आठवतात. त्यांनी काही देण्यासाठी हात उंचावला. ते घेण्यासाठी मी माझ्या हातांची ओंजळ त्यांच्यासमोर पसरली. त्यांनी माझ्या हातात दुर्वा ठेवल्या आणि आशीर्वाद उच्चारला, "तेजस्वी पुत्र होईल". एखाद्या मुस्लिम अवलियासारख्या दिसणाऱ्या त्या व्यक्तीने माझ्या हातात दुर्वा ठेवल्यामुळे मी आश्चर्यचकित झाले होते. ते कुणी हिंदू साधू आहेत की मुस्लिम अवलिया आहेत अशा गोंधळलेल्या अवस्थेत मी जागी झाले होते. घशाला कोरड पडली होती. युरोपच्या त्या थंडीतही मी घामाने चिंब भिजले होते. मी उशीखालचे घड्याळ उचलून पाहिले. पहाटेचे पाच

वाजले होते. पहाटेची स्वप्नं खरी होतात असं ऐकलं होतं. मी स्वत:शीच समाधानाने हसले. दुसऱ्या दिवशी डॉक्टरांनाही स्वप्न सांगितले. डॉक्टर म्हणाले, त्यांनी दुर्वा दिल्या म्हणजे ते गजानन महाराज असणार; पण शेगावचे नव्हेत.

डॉक्टरांशी लग्न होण्याच्या एक वर्ष आधी मी एक असेच स्वप्न पाहिले होते. खूप झाडी असलेल्या जंगलातील एक शिवमंदिर मला स्वप्नात दिसले होते. त्या देवळाच्या आत मी गेले नाही. बाहेरच्या नंदीवरूनच शिवमंदिर असल्याची कल्पना येत होती. आमच्या कोल्हापूरच्या अंबाबाईच्या देवळातील महाद्वारासारखे उंच दगडी महाद्वारही पाहिल्याचे आठवते. देवळासमोरच्या एका प्रचंड मोठ्या झाडाखाली एक तपस्वी होमहवन करताना दिसत होता. तिथेच एक गर्द हिरवं नऊवारी लुगडं नेसलेली, डोक्यावरून पदर घेतलेली, ठसठशीत मोठं लाल कुंकू लावलेली, शेतकरीण वाटेल अशी सावळी स्त्री बसली होती. त्या तपस्व्याच्या सांगण्यावरून हिरव्या कांकणाचा चुडा भरलेल्या आपल्या हाताने तिने मला कुंकू लावले. क्षणात एक विचार मनात चमकून गेला. ही स्त्री सांबशिवाची अर्धांगिनी माता गौरी तर नसेल. हा विचार मनात आला. त्याचवेळी आभाळातून माझ्या डोक्यावर द्रवाचा एक एक थेंब पडायला लागला. थेंब छोटासा असला तरी त्याच्या गारव्याने माझ्या सबंध शरीरावर शिरशिरी उठत होती. त्याचवेळी अंगावर एकही वस्त्र नसलेलं एक छोटसं बाळ वरून माझ्याकडे वेगाने खाली येत होतं; पण मध्येच काय झालं कुणास ठाऊक? ते मूल खाली यायचं थांबलं. मध्येच अधांतरी थांबून राहिलं. माझ्यापर्यंत पोहोचलंच नाही. स्वप्नात पाहिलेल्या त्या शिवमंदिराचा विसर पडत नव्हता. ते खरंच अस्तित्वात असेल का? की तेही स्वप्नवतच होते? पण मी त्या मंदिराच्या केलेल्या वर्णनावरून तशा प्रकारचे मंदिर सातपुड्याच्या भागात असल्याचे कुणीतरी सांगितले होते. ते प्रत्यक्ष पाहाण्याचा अजून तरी योग आला नाही.

याच दरम्यान मी एम.ए. झाले, नंतर पीएच्.डी. करावं असं खूप मनात होतं; पण जमलंच नाही. पण का कुणास ठाऊक आजही कधी मला स्वप्न पडलंच तर ते अभ्यास, परीक्षा यांचच पडतं. मी परीक्षा द्यायला चालले आहे. मला पोहोचायला वेळ लागतो आहे किंवा मी वर्गात बसून पेपर सोडवते आहे, पण तिथेही अडचणी उभ्या राहताहेत.

एक कमालीची अस्वस्थता जाणवत राहते. असंच कोड्यात टाकणारं स्वप्न म्हणजे मी ज्या घरात राहते त्या घरातील एक खोली कायम बंद दिसते आणि ती उघडून तिथे आत जाण्याचा माझा प्रयत्न असतो; पण ते कधीच जमत नाही. त्या खोलीत काय असेल याचं कुतूहल जागेपणीही कायम राहते.

दीड तपाच्या प्रदीर्घ प्रतीक्षेनंतर डॉ. घाणेकरांशी माझा विवाह झाला. माझ्या मते तर भविष्याचे काटे उलटे फिरले. माझ्या दृष्टीने तर अशक्य गोष्ट शक्य झाली. मला तर वाटते माझी निष्ठा, उत्कट इच्छा पाहून परमेश्वरालाही तीन वर्षांसाठी का होईना आपला निर्णय बदलावा लागला. फेब्रुवारी १९८६ ला विदर्भ दौऱ्यावर गेलेले डॉक्टर सदेह परतलेच नाहीत. दीड दिवस व एक रात्रीच्या जीवघेण्या प्रतीक्षेनंतर ३ मार्चला ॲम्ब्युलन्समधून परतले ते डॉक्टरांचे अचेतन शरीर. त्यांना सोबत होती ती एका बॅकस्टेज वर्करची. त्या दहा-बारा दिवसांच्या दरम्यान डॉक्टर स्वप्नात भेटले. संध्याकाळची उजेड-अंधाराच्या सीमारेषेवरील वेळ असावी. वरळीच्या पोद्दार हॉस्पिटलशेजारच्या बिल्डिंगमध्ये आमचा ब्लॉक होता. बिल्डिंगच्या खाली नाटकाच्या प्रॉपर्टीने भरलेला फोर व्हीलर टेम्पो दिसत होता. मधल्या रोड डिव्हायडरवर उभी राहून मी रस्ता ओलांडण्याचा प्रयत्न करत होते. टेम्पोजवळ डॉक्टरांना उभे असलेले पाहून मी धावतच तिथे पोहोचले. आणि डॉक्टर मला म्हणाले, "बरं झालं लवकर आलीस. मी तुझीच वाट पाहात होतो. मी दौऱ्यावर निघालोच आहे. मला उशीरच झालाय."

मी विचारलं, "असे अचानक कुठे निघालात?"

अस्वस्थपणे डॉक्टर म्हणाले, "मला गेलंच पाहिजे. मी पुढे जातो. तू नंतर ये. मी तुझी वाट पाहातो." सामानाने गच्च भरलेला तो टेम्पो पाहात मी म्हणाले, "अहो, यात केवढं सामान आहे. तुम्ही कुठे बसणार?" त्यावर डॉक्टर नेहमीप्रमाणे आपल्या 'खास सोयीची' माहिती देत नाक फुगवीत म्हणाले, "माझ्यासाठी मोठी स्पेशल खुर्ची ठेवली आहे." मी त्या टेम्पोत डोकावले तर लग्नसमारंभात स्टेजवर ठेवतात तशी लाल रंगाची महाराजा खुर्ची त्या अंधारातही दिसत होती.

राजा परांजपे यांचा 'लाखाची गोष्ट' हा चित्रपट बंगलोर येथे पाहून धनंजय जेंकल हा कानडी तरुण महाराष्ट्रात आला. जवळ जवळ सहा-

सात वर्षे त्याने राजाभाऊ परांजपे यांचा साहाय्यक म्हणून त्यांच्याबरोबर काम केले. पण राजाभाऊंनी काही कारणाने आपली 'श्रीपाद चित्र' ही संस्था बंद केली. जेंकलवर बेकारीची वेळ आली. माझ्या आईचे मराठीबरोबरच हिंदी चित्रपटातील काम वाढल्यावर तिने या म्हैसूरीयन जेंकलला तिचा सेक्रेटरी म्हणून काम करशील का असे विचारले. आणि त्याने कुठलेही आढेवेढे न घेता ते मान्य केले.

अतिशय कष्टाळू, प्रामाणिक असणाऱ्या जेंकलचा भविष्य विषयाचाही अभ्यास होता. त्याला भविष्याच्या सूचना देणारे एखादे सहावे इंद्रिय होते की काय नकळे. काही काही गोष्टी पटकन बोलून जायचा. त्या प्रत्यक्षात घडायच्याही. तो घरी असला की, आम्ही मुले त्याला भविष्य विचारीत असू. काही वेळेला स्वप्नं पडत त्यांचे अर्थही विचारायचो. त्यावर तो हसून आपल्या मोडक्या तोडक्या मराठीत म्हणायचा, "कसाला तुमी पोरं या चक्करमधी पडता? सपना गिकना सब झूठ है। तुमच्या पोटामधी गडबड असनार. पोट खराब झाला की स्वप्नं पडतात." जेंकलने आमच्या स्वप्नांची अशी खिल्ली उडवली की, मला खूप राग यायचा. पण आम्ही त्याचा आदरही तितकाच करीत असू. १९७८ साली स्कूटर अपघातामध्ये जेंकलचा अकाली मृत्यू झाला. त्याच्या जाण्याने आम्हाला फार मोठा धक्का बसला. तो अगदी घरच्या सदस्यांसारखा होता. त्याची उणीव आजही जाणवते. विशेष करून त्याने स्वप्नं का पडतात याविषयी सांगितलेले सतत आठवत राहते. कारण ज्या काळात मी त्याला स्वप्नांबद्दल विचारायची त्यावेळी मला कोलायटिसचा त्रास होता. पोट बिघडायला मानसिक स्थितीही कारणीभूत व्हायची. डॉक्टरांच्या प्रकरणामुळे घरीदारी टोमणे, दोषारोप, अपमानास्पद बोलणी यांचा सतत मारा माझ्यावर असायचा. तोंड दाबून बुक्क्यांचा मार होता. माझ्या कृतीचे समर्थन करता येत नव्हते. फक्त आतल्या आत सोसणे इतकंच मी करू शकत होते. त्याचाच परिणाम पोटावर व्हायचा. डॉक्टरांशी रीतसर-विवाह झाला मात्र सारे चित्रच बदलून गेले.

आता डॉक्टरांना जाऊन सोळा वर्षे झाली. माझ्या वयाची पन्नाशी उलटली. विशीतील भाबडेपणा संपला. मी ह्या स्वप्नांकडे आता आश्चर्यचकित होऊन न पाहाता तर्कशुद्ध दृष्टीने पाहायचा प्रयत्न करते.

अर्थ लावण्याचा प्रयत्न करते. त्यामुळे मी आता त्यात गुंतूनही पडत नाही. परमेश्वराचे अस्तित्व व सामर्थ्य मान्य असले तरी आता कर्मकांडात मन रमत नाही. आजही मी सिद्धिविनायक, माऊंटमेरी, हाजीअलीचा दर्गा इथे अधूनमधून जाते. तिथे जाऊन बसलं की, बरं वाटतं. ईश्वराच्या अमर्याद शक्तीपुढे नतमस्तक होते. पण अंधश्रद्धेला आता मनात थारा नाही. स्वतःच्या दुःखापेक्षा अधिक दुःख असणाऱ्यांकडे पाहाते आणि देवाने आपल्याला खूप उत्तम ठेवल्याबद्दल त्याला धन्यवाद देते. १९८४ साली माझा बत्तीस वर्षांचा तरुण भाऊ तडकाफडकी गेला आणि मी पाडव्याला गुढी उभारायचंही सोडून दिलं. कुठलीही गोष्ट थांबवू म्हटलं तर थांबत नाही, तशीच घडवू म्हणून घडत नाही हे पुरेपूर पटल्यामुळे – 'ठेविले अनंते तैसेचि रहावे । चित्ती असो द्यावे समाधान ।' या उक्तीला अनुसरते. आता पोटाची व्याधीही कमी झाली आहे. स्वप्नंही फारशी (पूर्वीसारखी) पडत नाहीत. स्वप्नं पडली तरी सकाळी उठल्यावर बऱ्याचदा आठवतही नाहीत.

मी आता स्वतः स्वप्नात रमत नसले तरी एकविसाव्या शतकातील नव्या पिढीची स्वप्नं पाहायला, ऐकायला मात्र मला आवडतं. कारण त्यांच्या आमच्या स्वप्नांत एका पिढीचं नाही तर शतकाचं अंतर पडलं आहे. या अती वेगवान शतकातील पिढीची स्वप्नंही तशीच वेगवान व बोल्ड आहेत. माझ्या घरात घडलेला किस्सा या संदर्भात आठवतो. एका रविवारी माझं व माझ्या मुलीचं– रश्मीचं सकाळचं चहा पिणं व वर्तमानपत्र वाचणं चाललं होतं. इतक्यात शेजारी राहाणारी माझी सहा वर्षांची नात (भाचीची मुलगी) हृदया अंथरुणातून उठल्या उठल्या आली. तिने रश्मीला एखाद्या मैत्रिणीला विचारावं तसं विचारलं, “रेमी काल माझ्या स्वप्नात ऋतिक (रोशन) आला होता. तुझ्याही स्वप्नात आला होता का?” मी तर थक्क होऊन बघत राहिले. तिची गंमत करण्यासाठी मी तिला म्हणाले, “एक ऋतिक एकावेळी दोघींच्या स्वप्नात कसा येईल?” माझ्या बुद्धीची कीव करीत हृदयाने मला सांगितले. “कहो ना प्यार है मध्ये दोन ऋतिक आहेत. त्यातील एक माझ्या तर दुसरा रेमीच्या स्वप्नात नाही का येऊ शकत?” थक्क झालेली मी आता निरुत्तर झाले होते.

माझी कॉलेजमध्ये जाणारी मुलगी– रश्मी तर यावर आणखी एक

कडी आहे. दुपारी झोपतानाही ती मला सांगते, "आई मी आता एक मस्त स्वप्न माईंडमध्ये अॅरेंज करते आहे; प्लीज मला डिस्टर्ब करू नकोस." मी मनातल्या मनात कपाळावर हात मारून घेत म्हणते, 'मनी वसे ते स्वप्नी दिसे' ही म्हण आता इतिहासजमा होणार. कॉम्प्युटरच्या या जमान्यात आता कॉम्प्युटरमध्ये करतात तशी मेंदूमध्ये स्वप्नं फीड केली जाणार आणि पाहिजे तेव्हा पाहिली जाणार.

स्वप्नासारख्या तरल संवेदनेचेही बहुतेक यांत्रिकीकरण होणार.

◆

उंबरठा

प्रकाश नारायण संत

अनेक वर्षांपूर्वीची गोष्ट आहे. एक दिवस सकाळी उठल्या उठल्या मी जे पहिलं वाक्य बोललो ते असं होतं– "मला आणखी खाऊ पाहिजे."

"सकाळी सकाळीच गोड खाणं बरं नाही." या समजुतीच्या संवादापासून सुरुवात होऊन 'बरं, कोणता खाऊ पाहिजे' या तहापर्यंत बोलणं झालं. स्वैपाक घरातले काही डबे उघडून दाखवण्यात आले. पण माझं उत्तर– 'हा नव्हे, तो.' शेवटी 'कुठे आहे? तूच दाखव' अशी वडिलांनी निर्णायक दटावणी दिल्यावर मी त्यांना त्यांच्या खोलीतल्या लिहायच्या टेबलाकडे घेऊन गेलो.

टेबलावर खाण्यासारखं काहीही नव्हतं.

"कुठे आहे खाऊ?" वडिलांनी विचारलं.

"इथेच होता. सोनेरी खोक्यात!" माझं उत्तर.

ही प्रश्नोत्तरं पाच-सहा वेळा झाल्यावर माझं रडणं सुरू झालं. जरा वेळानं चौदाव्या रत्नाचं माफक प्रदर्शन झाल्यावर माझं रडणं थांबलं; पण नंतर दिवसभर आणि दुसऱ्या दिवशीही 'मला आणखी खाऊ पाहिजे' हा माझा हट्ट सुरूच राहिला.

या प्रकारानंतर आईवडिलांच्या लक्षात आलं की याला उठण्याआधी काहीतरी स्वप्न पडत असतानाच हा जागा झाला असणार. स्वप्न चांगलंच प्रत्ययकारी असणार आणि रंगीतही, हा ते विसरू शकत नाही.

तर माझ्या आयुष्यातील मला पडलेलं हे पहिलं स्वप्न! मला स्वत:ला न आठवणारं परंतु आईवडिलांकडून आणि नंतर आईकडून वारंवार कौतुकानं सांगितलं गेलेलं.

समजशक्ती जशी वाढत गेली तशी मला रात्री पडलेली स्वप्नं स्पष्ट आठवू लागली. आणि आता तर असं वाटतं की मी दोन आयुष्य

जगत आलो. एक जागृतावस्थेतलं वास्तवदर्शी आणि दुसरं निद्रितावस्थेतल्या स्वप्नांचं. मला पडणारी बहुतेक स्वप्नं ही वास्तवाशी निगडितच असतात असं माझ्या लक्षात आलं आहे. कल्पनाशक्तीचा फुलोरा कमी-जास्त असेल, पण भावनांची तीव्रता तेवढीच. काही स्वप्नं आनंद देणारी, काही क्लेशकारक, काही अद्‌भुताच्या पातळीवर जाणारी; पण या सर्व स्वप्नांना एक उंबरठा असतोच असतो.

माझे वडील, मी इंग्रजी पहिलीच्या वर्गात गेलो असतानाच आम्हाला सोडून गेले. मृत्यू म्हणजे काय आणि त्याचा परिणाम काय हे समजण्याच्या आधीचं ते वय. नेहमी त्यांच्या अस्तित्वानं भरून गेलेलं आमचं घर एकदम रिकामं रिकामं झालं आहे एवढीच जाणीव मला होती. मी त्यांना शोधत घरात हिंडत असे. 'नाना कुठे आहेत?' या माझ्या प्रश्नाला सगळ्यांचं उत्तर 'दूरच्या गावाला गेले आहेत. येतील परत' हेच असायचं. वडील जरी घरी नसले तरी ते परत येणार आहेत अशी माझी पक्की समजूत झालेली होती. मी त्यांची वाट पाहात असे. ते माझ्या स्वप्नात वारंवार दिसायचे. ते दूर उभे राहिलेले असायचे. त्यांना पाहिल्यावर मला आनंद व्हायचा. मी पळत जाऊन त्यांच्या कमरेला मिठी मारून वर पाहात उभा राही. त्यांच्याशी निगडित असलेला कोलन वॉटरचा गंध मला जाणवायचा. मी आनंदाने घुसमटत असतानाच काही बोलणं व्हायच्या आधीच ते स्वप्न संपायचं. मला जाग यायची.

हाच त्या स्वप्नाचा उंबरठा. तो मला कधीच ओलांडता आला नाही.

दुसरे उदाहरण म्हणजे आमच्या घरात काहीतरी गूढ हालचाली सुरू आहेत, कुणाची तरी चाहूल लागते आहे, अशी स्वप्नं मला कधी कधी पडतात. स्वप्नातच मी त्याचा शोध घेत आहे. सावकाश चाहुलीच्या दिशेनं जात आहे. छाती धडधडत आहे. हातापायांना कंप सुटला आहे, कसला तरी अस्पष्ट आकार कुठेतरी दिसतो आहे, आता तो स्पष्ट दिसणार हा क्षण जवळ आला आहे, असं वाटत असतानाच जाग येते. श्वास कोंडल्यासारखा झालेला असतो, कपाळावर घाम आलेला असतो. हाच त्या स्वप्नाचा उंबरठा. तो ओलांडून मला कधी पुढे जाता आलं नाही. त्यामुळे बहुतेक स्वप्नं ही मनाला चुटपुट लावतच संपलेली आहेत.

हिंदी सिनेमात दिसणारे 'ड्रिम सिक्वेन्सेस' माझ्या स्वप्नात कधीच दिसले नाहीत. हे दुर्दैवच (की सुदैव?).

मला असं वाटतं की स्वप्न हे जरी स्वप्नच असलं तरी त्याचा 'उंबरठा' हा ज्या त्या व्यक्तीच्या वैचारिक क्षमतेचा भाग असावा आणि संस्काराचा. काहींचे उंबरठे उंच. काहींच्या बाबतीत उंबरठाच नाही.

मला पडणारी बहुतेक स्वप्नं ही माझ्या वैयक्तिक जगण्यातल्या अनुभवातून उमलून आलेली असणारच. पण कधी कधी इतरांनी अनुभवलेल्या सुखदुःखावर, वेदनांवर आधारलेली स्वप्नंही मला पडलेली आहेत. एरिख मारिया रेमार्क या लेखकाची 'स्पार्क ऑफ लाईफ' ही कादंबरी हिटलरच्या नात्झींनी ज्यूंच्या नि:पातासाठी उघडलेल्या छळछावणीतील वातावरणावर लिहिलेली आहे. त्यातील अंत:करण पिळवटून टाकणारी वर्णनं अस्वस्थ करणारी आहेत. ती वाचल्यावर मला त्या छळछावणीचं दर्शन माझ्या स्वप्नात झालं तेव्हा मी घामाघूम होऊन जागा झालो.

स्वप्नं रंगीत असतात की नाहीत हा विचार कधी माझ्या मनात आला नव्हता. कधीतरी एकदा रंगीत स्वप्न पडलं आणि मला त्याची जाणीव झाली. स्वप्नं संपली की त्यातले अनेक तपशील धूसर तरी होतात किंवा विसरले तरी जातात. पण एकदा स्वप्नात मला एक झाड दिसलं. माळरानावरच्या छोट्या टेकडीवर ते एकटंच उभं होतं. मी चालत त्या झाडाजवळ जात होतो आणि त्याचे अनेक तपशील मला हळूहळू दिसत होते. झाडाजवळ गेल्यावर मी बुंध्यासमोर उभा राहिलो. त्याचा फिकट पिवळा रंग (गोरा!) मला जाणवला. नंतर त्याच्या चमकणाऱ्या पानांचा पोपटी हिरवा रंग आणि शेवटी त्याच्या फांद्याफांद्यांवरून ओघळणारे लेमनी रंगाचे फुलांचे घोस! सगळ्यात शेवटी या सर्वांच्या मागे दिसणारा आकाशाचा निळा पडदा दिसला. चित्र पूर्ण झालं आणि स्वप्नही संपलं. स्वप्नं रंगीत असतात हे मला नीट जाणवलं.

माझ्या आतापर्यंतच्या आयुष्यात पडलेल्या आणि अजूनही आठवणाऱ्या स्वप्नांचा आढावा घेतला तर मला असं जाणवतं की वयाच्या वेगवेगळ्या अवस्थेत पडणारी स्वप्नं वेगवेगळी होती आणि आहेत. वयोमानाप्रमाणे त्यांची प्रगल्भता वाढत गेली. विषय बदलत गेले आणि पडलेली स्वप्नं पुन्हा आठवण्याची क्षमताही थोडी कमी होत गेली. पडलेली स्वप्नं

सांगायचा लहानपणीचा हव्यास फारच झपाट्यानं कमी झाला. आताशा तर एक दोन वाक्यातच स्वप्नांबद्दलचं बोलणं संपतं. हे जरी असलं तरी काही स्वप्नं मला पुन:पुन्हा जशीच्या तशी पडत आली आहेत. एखादी फिल्म पुन्हा पुन्हा पाहावी तशी ती स्वप्नं असतात.

...मी पाटावर बसलो आहे. समोर वाढलेलं ताट आहे. डावा हात डाव्या मांडीवर ठेवून माझं जेवण चाललं आहे. मी खातो आहे त्या पदार्थाची चव मला आवडते आहे. कुणीतरी मला आणखी वाढत आहे. पोटात आणि शरीरावर समाधानाची लाट पसरत आहे. मी ताटाकडे निरखून पाहात असताना लक्षात येतं की मी खात असलेले, मला इतका आनंद देणारे पक्वान्न म्हणजे गव्हाळ रंगाची मऊ मऊ पोळी आणि कालवलेल्या गूळ आणि तुपाचा छोटासा त्रिकोणी शंकू!

आतापर्यंत हे स्वप्न मला शेकडोवेळा पडलं असेल. जेवणाचा थाट आणि पानातले पदार्थ कधीही बदलले नाहीत. माझी 'आणखी पाहिजे' ही हाव आणि नंतरची तृप्तीही तशीच राहिली आहे; अर्थिक संपन्नता आल्यावरही.

....शाळेत वक्तृत्त्व स्पर्धा आहेत. मधला चौकोनी हॉल पोरा-पोरींनी गच्च भरलेला आहे. मी खाकी हाफ पँट आणि आत खोचलेला पांढरा शर्ट या पोषाखात आहे. पोरा-पोरींचा दंगा सुरू आहे. प्रमुख पाहुणे, हेडमास्तर वगैरे आपापल्या खुर्च्यांवर स्थानापन्न झालेले आहेत. माझी भाषणाची तयारी उत्तम झालेली आहे. (मास्तरांनी ते अनेकदा 'हावभावांसह' म्हणून घेतलेलं आहे!) मी आजूबाजूची गंमत पाहात आहे. स्पर्धा सुरू होतात. माझं नाव पुकारल्यावर मी अगदी ऐटीत स्टेजवर जाऊन उभा राहातो. मुलं हळूहळू शांत होत जातात. हा पोरगा नेहमी उत्तम 'भाषण म्हणतो' हे त्यांना माहीत आहे, मी, मास्तरांनी पढवल्याप्रमाणे समोरच्या पोरापोरींवरून नजर फिरवतो आणि मग सुरू– 'अध्यक्ष महाराज, सन्माननीय परीक्षक आणि माझ्या बंधुभगिनींनो...' मग थोडा ऐटदार 'पॉज'; पण पुढचं वाक्य काही केल्या ओठावर येत नाही. मी खूप प्रयत्न करतो; पण गाडी बंदच. असाच काही वेळ जातो. मनात प्रचंड अस्वस्थता निर्माण होते. आणि त्यानेच जाग येते. मन झाकोळून गेलेलं असतं.

शाळेतल्या वक्तृत्त्व स्पर्धेत अनेकदा भाग घेऊन काही पारितोषिकं

मिळवूनही हे कधी बदलत नाही. प्राध्यापक म्हणून अनेक वर्ष व्यवसाय केल्यावरही तो बोलता बोलता अबोल झालेला मुलगा मला अधूनमधून दिसत राहिला, आणि त्यानं माझं मन तितकंच झाकोळून टाकलं आहे.

कॉलेजमध्ये प्रवेश घेण्याच्या आसपास माझी एका मुलीशी ओळख झाली. तसं मी तिला शाळेपासून पाहात होतो; पण ओळख 'नव्यानं' झाली. ती कॉलेजच्या आवारात, प्रयोगशाळेत दिसायची. म्हणजे फक्त नजरभेटच व्हायची. ओळख दाखवणं कठीण; मग बोलण्याचा प्रश्नच नाही. ती नजरभेट झाल्यावर माझ्या वृत्ती उल्हसित व्हायच्या. आपण अवकाशात पसरत चाललो आहोत असं वाटायचं. आनंद व्हायचा, त्याबरोबरच भीतीही वाटायची. तरीही ती पुन:पुन्हा व्हावी असं तीव्रतेनं वाटायचं. त्या वयातले ते अत्यंत नवखे, हूरहूर लावणारे क्षण असायचे. त्यात अख्खे दिवस जायचे... पुढे त्या मुलीची ओळख वाढत गेली. मैत्री झाली आणि मैत्रीचं रूपांतर विवाहात झालं. परंतु अजूनही कधी कधी स्वप्नात पुन्हा ती नजर भेटते कधी कॉलेजच्या व्हरांड्यात, कधी वर्गात शिरताना तर कधी एका वर्गातून दुसऱ्या वर्गाकडे जाताना; पण प्रत्येक खेपेला मला तेवढीच हूरहूर वाटते.

बी.एस्सी. झाल्यावर मी एका मँगनीजच्या खाणीवर जिऑलॉजिस्ट म्हणून काही काळ काम केलं. ही खाण उत्तर कारवार जिल्ह्यात कॅसलरॉक स्टेशनपासून काही मैल आत घनदाट जंगलात होती. खाणमालकांनी तिथं बराच मोठा प्रदेश लीजवर घेतला होता. मँगनीज धातूच्या साठ्याचा शोध मला तिथं घ्यायचा होता. नवी खाण सुरू करायची होती. अनेक टेकड्यांचा तो प्रदेश झाडा-झाडोऱ्यानं व्यापलेला होता. रस्ते नव्हते. आम्ही निर्माण करू त्याच 'आदिम' पायवाटा ठरणार होत्या. दिवसभर त्या प्रदेशातून फिरल्यावर रात्री त्या जंगलाएवढीच घनदाट झोप लागायची. तिथं असताना मला एकदा एक स्वप्न पडलं–

...एका उंच टेकडीवरचे खडक मी तपासत आहे. त्यासाठी मी एका उंच खडकावर उभा आहे. समोर, दूर अंतरावर गोव्याच्या समुद्राची निळीकाळी रिबिन क्षितिजाला समांतर दिसते आहे. काम संपलं आहे. परत कँपवर पाच-सहा मैल चालत जायचं आहे. पायात तेवढी शक्ती नाही. खडकावरून माझा पाय घसरतो. आता खाली कुठेतरी आपटून हातपाय मोडणार; पण काय आश्चर्य मी खाली सरळ न कोसळता हवेत

तरंगत राहतो. हवेपेक्षा हलका झालो आहे. तो अनुभव अत्यंत आल्हाददायक वाटतो आहे. हळूहळू माझे पाय वर उचलले जातात आणि मी माशासारखा आडवा होतो. एखाद्या हलक्या पिसासारखा मी सावकाश तरंगत पुढे जायला लागलो आहे. माझा कँपकडे जायचा प्रवास सुरू होतो. मान डावी-उजवीकडे वळवून मला वळणं घेता येतात. वाटेतल्या सगळ्या अडथळ्यांना वळसे घेत माझा तो प्रवास अगदी सावकाश सुरू होतो. चालत जाताना नेहमी दिसणाऱ्या खुणा मला वरूनही दिसत असतात. शेवटी कँपच्या शेड्स दिसतात, माझे पाय सावकाश खाली येतात, अलगद जमिनीवर टेकतात आणि मी सहजपणे पुढे चालायला लागतो. तरंगत असताना म्हणजे सबंध स्वप्नाचा काळ, माझं मन अलौकिक अद्भुत आनंदाने भरून गेलेलं असतं. जमिनीला पाय लागताच स्वप्नाचा उंबरठा येतो आणि जाग येते. या स्वप्नानं मला दिलेला अद्भुत आनंद मला कितीतरी दिवस जाणवत होता. त्याच पायवाटा पुन्हा पुन्हा तुडवतानासुद्धा! स्वप्न वारंवार पडावं असे वाटे; पण तिथं असताना पुन्हा मला हे स्वप्न पडलं नाही. पुढे एम.एस्सी. साठी पुण्याला गेलो तेव्हा पुन्हा एकदा तसंच स्वप्न पडलं. या खेपेला जंगलाऐवजी खाली एक पठार होतं आणि मी खूपच वेळ नुसता तरंगत पुढे पुढे जात होतो. मनसोक्त वळणं घेत होतो. खाली कोणत्याही खुणा दिसत नव्हत्या.

त्यानंतर अलीकडेच मला पुन्हा तसंच स्वप्न पडलं; पण त्याचे बारकावे निसटले. तरंगण्यातला शारीरिक आणि मानसिक उल्हास मात्र तेवढ्याच तीव्रतेनं जाणवला.

१९५७-५८ पासून मी लेखनाला सुरुवात केली होती. माझं लेखन सत्यकथेसारख्या अव्वल मासिकांतून छापून येत होतं. पुढच्या लेखनाबद्दल माझ्या मनात काही आखणीही मी केलेली होती. सर्व काही सुरळीत असतानाच १९६१-६२च्या सुमारास माझं लेखन बंद झालं. लिहिलेलं मनासारखं होईना. काही सुचेना. एक अस्वस्थ असा काळ सुरू झाला. तो जवळ जवळ तीस वर्षं टिकला. लेखनाची आशाच मी सोडली होती. आणि अचानक १९९१-९२च्या सुमारास माझं लेखन झपाट्यानं सुरू झालं; जणू काही घडलंच नव्हतं. आश्चर्य वाटेल एवढ्या उमेदीनं मी लिहू लागलो. या काळाच्या सुमारास मला एक सुंदर स्वप्न पडलं ते

रंगीत होतं आणि त्यात झगमगणारे रंग होते. साधे विटके रंग नाहीत.

...सकाळ झालेली आहे. मी उठून माडीवरच्या खिडकीत उभा आहे. खाली समोर बंगल्याचं फाटक दिसत आहे आणि फाटकाकडून बंगल्याकडे येणारी वाट. फाटकाकडे पाहात असताना लक्षात आलं की पायवाटेवर जरी वाळू पसरलेली असली तरी फाटकाखालचा भाग हिरवा दिसत आहे. तिथे तर गवत नव्हतं. मी खाली येऊन दरवाजा उघडतो. व्हरांड्यातून तो हिरवा रंग नीटच दिसतो. मी फाटकाकडे जाऊन उभा राहतो. हिरवा, गहिरा निळा आणि सोनेरी असे रंग खरोखरच पसरलेले आहेत; पण नीट पाहिल्यावर लक्षात येतं की ते रंग नाहीत. ती आहेत अनेक मोरपिसं! अस्ताव्यस्त पसरलेली. तेवढ्यात सूर्य उगवतो आणि त्या दिवसाच्या सुरुवातीच्या नव्या कोऱ्या, कोवळ्या सूर्यप्रकाशात त्या पिसातले सप्तरंग झळाळून उठतात. त्यातलं एक पीस हातात घेऊन माझ्या मनगटावर फिरवत असतानाच वाऱ्यासारखा आवाज येतो. एखादा मोठा पक्षी उडून जावा तसा. त्या पक्ष्यनांचा शोध घेण्यासाठी मी आजूबाजूच्या झाडांकडे पाहात असतानाच मला जाग येते.

त्या पिसांचा माझ्या मनगटाला झालेला मुलायम स्पर्श मला दिवसभर भासत होता. तो स्पर्श प्राथमिक शाळेतल्या पहिल्या काही वर्षातच अनुभवला होता. पुस्तकात जपून ठेवलेलं मोरपीस वारंवार हाताळताना! त्या पिसांवर कुंकूही वाहिलेलं असायचं. पण आता माझ्या मनगटावर कुंकवाचा मागमूस नव्हता.

या स्वप्नाने मला फार आनंद दिला...

माझी पत्नी– सुधा म्हणाली की, 'तुमचं लेखन परत सुरू झालं. प्रसन्न झालेली सरस्वती, ती पिसं तुमच्या स्वप्नात पसरून गेली असेल.'

हे स्वप्न पडल्यानंतर काही दिवसांनी मुंबईहून प्रा. दिगंबर पाध्ये यांचा मला फोन आला. माझ्या 'वनवास' या पहिल्याच कथासंग्रहाला महाराष्ट्र फाउंडेशन या संस्थेचं उत्कृष्ट ललित वाङ्मयाचं पारितोषिक मिळाल्याची बातमी त्यांनी मला सांगितली.

स्वप्नं सूचक असू शकतात हे मला जाणवलं.

सेवानिवृत्त होण्याच्या आसपासच्या काळात मला असंच एक सुंदर स्वप्न पडलं.

....समोर आकाशाचा भव्य घुमट आहे. नुकतंच उजाडलं आहे. आकाशात निळसर, पांढऱ्या आणि फिकट गुलाबी रंगाचे प्रचंड पट्टे पसरलेले दिसत आहेत. मी एका पठारावर आहे. आजूबाजूला एकही डोंगर दिसत नाही. पायाखाली सपाट मैदान आहे. त्यावर फक्त वाळलेलं गवत आहे. एकही झाड आसपास नाही. जमिनीला समांतर काळ्या खडकांचे सपाट माथे सगळीकडे पसरले आहेत. मी एकटा नाही. मी एका घोड्यावर बसलो आहे. त्याला लगाम वगैरे काहीही नाही. मी त्याच्या पाठीवरचे केस हातात धरलेले आहेत. घोडा लहान आहे आणि मी त्याच्या पाठीवर न बसता बराच मागे सरकून त्याच्या मागच्या पायावर बसलो आहे. आम्हाला दोघांनाही घाई नाही. तो अगदी सावकाश, खाली मान घालून सरळ रेषेत चालला आहे. रस्ताही अगदी सरळ रेषेत आकाशापर्यंत पोचलेला आहे. हळूहळू आकाशातले ते पट्टे हवेत विरघळून जातात. सूर्याची कोवळी उन्हं सगळीकडे पसरतात. सूर्य वर वर येत राहातो. रस्ता कुठेही वाकडा होत नाही आणि घोडाही कुठे थांबत नाही. रस्ता संपूर्णपणे निर्जनच राहतो. साधारण अनेक तासांचा प्रवास होतो. सूर्य डोक्यावरून पुन्हा खाली जातो. आपलं जाणार असलेलं ठिकाण अजूनी आलेलं नसावं ही जाणीव सतत होत असते. ते किती दूर आहे, कसं आहे हे माहीत नाही; पण ते आहे हे नक्की, हळूहळू सूर्य कलतो. आकाशात पुन्हा एकदा लाल पिवळे फवारे उडताना दिसतात. आजूबाजूला अंधार साकळत असताना दिसतो आणि अचानक आतापर्यंत खाली मान घालून समोरच्या दिशेनं चालणारा घोडा मान वर करतो, कान उभारतो आणि एकदम उजवीकडे वळतो. त्यानं सरळच जात राहावं म्हणून मी त्याला कुरवाळतो, थोपटतो, पोटावर लाथाही मारतो, परंतु उपयोग होत नाही. खाली उतरून पुढे ओढलं तरी उजवीकडेच मान वळवतो. माझं अवसान गळत चाललेलं असतं. आता सर्व काही संपणार, मी अंधारात नाहीसा होणार असं वाटत असतानाच तिथं एक माणूस अचानक येतो. माझी घोड्याशी चाललेली झटापट पाहून तो थांबतो आणि म्हणतो,

"त्याचं बरोबर आहे. तुम्ही ज्या दिशेनं जात होता तिथं आता पुढे काहीही नाही. तुम्हाला जिथे पोचायचं आहे ते ठिकाण इथेच जवळ उजवीकडे आहे. तुम्ही उजवीकडे जात राहा."

घोडा उजवीकडे वळतो. थोड्याच वेळात त्या पठाराचा न दिसलेला उतार येतो. त्या उताराच्या खाली मला जिथं जायचं असतं ते ठिकाण दिसतं. काही दिवेही पेटलेले दिसतात. घोडा वेगाने उतार पार करतो आणि थांबतो. समोर काही घरं, झाडं आणि उजळलेले दिवे दिसतात. माझ्या मनात साठत राहिलेली भीती, काळजी आणि वेदना नाहीशी होते. मनावरचं केवढं तरी दडपण हलकं होत असतानाच जाग येते.

घरात आणि घराबाहेर सर्वत्र नीरव शांतता होती. सर्वत्र पसरून राहिलेला पहाटेचा मंद प्रकाश आणि गारवा सुखद वाटत होता. मी कुशीवर वळलो. समोरच्या खिडकीतून आमच्या बागेतलं सुरंगीचं झाड मला दिसत होतं. त्याच्या खोडावर आणि फांद्यांवर असंख्य चिमुकली फुलं फुललेली होती. त्यांचा मंद दरवळ सर्व परिसर व्यापून राहिला होता. मघाशी स्वप्नात मी कुठे चाललो आहे हे मला समजत नव्हतं. मी व्याकूळ झालो होतो. पण आता मला समजायला लागलं की मला इथेच तर यायचं होतं. नियतीनं मला इथेच यायला लावलेलं होतं. आणि स्वप्नानंही मला नकळत तिथंच आणून सोडलं.

तो प्रवास सुखरूपपणे संपल्याचा आनंद माझ्या मनात दाटून राहिला.

स्वप्नांच्या जगातला हा माझा छोटासा प्रवास...

आता यापुढे मला कोणती स्वप्नं पडणार आहेत याबद्दल माझ्या मनात कुतूहल आहे.

◆

आयुष्यातलं पहिलं स्वप्न मला कधी पडलं? मुळीच आठवत नाही. आणि मला नाही वाटत तसं ते कुणाला आठवू शकेल म्हणून. मूल जन्मलं की पाचव्या दिवसापासून त्याच्या गोजिरवाण्या चेहेऱ्यावर हावभाव उमटू लागतात. हे तान्हुलं दिवसाचा बराच काळ झोपेतच असतं. त्याच्या निजलेल्या निरागस चेहेऱ्यावर आईची दृष्टी खिळून राहते. हसू-रडूचे बदलते हावभाव स्वप्नातल्या हसऱ्या-रडव्या भावाबद्दल म्हणतात, "ताई, तुम्ही सुशिक्षित मानसं. तुमचा इस्वास नाय बसायचा. पन बाळाच्या सपनात सटवाई येती. तीच बगा बाळाला हसवती, रडवती. त्यामुळं त्ये जोपेत हसतंय, रडवेलं दिसतंय." पण डॉक्टरांच्या मते या असतात स्नायूंच्या हालचाली. मी सुशिक्षित, मानसशास्त्राची पदवीधर असून मला आपलं

खेळ

मंजुषा गोसावी

आई मोठ्या तन्मयतेने पाहात असते आणि कौतुकाने टिपत असते. काय चाललं असेल या झोपलेल्या तान्हुल्याच्या मनात? हे न शमणारे कुतूहल. जुन्या जाणत्या बाया म्हणायच्या, "बाळाला स्वप्नं पडतात. चांगली स्वप्नं पडली की तान्हुलं झोपेत हसतं. भीतिदायक स्वप्नं पडली की झोपेतच ते रडवेलं दिसतं." बाळाला आंघोळ घालायला येणाऱ्या बायका, अशिक्षित बायका लहानग्याच्या चेहऱ्यावरच्या अशिक्षित बायकांचं सटवाईचं विश्लेषण आवडतं. आता माझ्यातल्या वैज्ञानिक दृष्टीला ते पटतं का? तर याचं उत्तर मला माहीत नाही. ते कुणालाच माहीत नसतं. अमेरिकेत झालेली संशोधनंसुद्धा निर्णायकपणे काहीच सांगू शकत नाहीत.

मग माझ्या मनात येतं की मी तान्ही असताना माझ्याही चेहेऱ्यावर असेच हासरे-रडवे भाव झोपेत उमटले असतील. सटवाई येत

असेल माझ्या स्वप्नात. माझ्या आयुष्यात पुढे घडणाऱ्या छान छान घटना सांगितल्या असतील तिनं माझ्या कानात. तेव्हा मी स्वप्नात हसले असेन. त्यावेळी माझ्या आयुष्यात पुढे घडणाऱ्या वाईट घटना तिनं सांगितल्या असतील तेव्हा माझा चेहेरा माझ्या आईला रडवेला दिसला असेल. सटवाई निघून गेल्यावर पाळण्यात मी जागी झाले असेन. दुधाच्या, पाण्याच्या किंवा इतर गरजांमुळे सटवाई माझ्याशी स्वप्नात काय बोलली हे मी विसरून गेले असेन. नक्की असंच झालं असेल. कारण आता मोठेपणी मला स्वप्नं पडतात. ती तरी मला उठल्यानंतर जशीच्या तशी कुठे आठवतात? स्वप्नातले आठवतात ते काही काही तुकडे. त्या स्वप्नांमुळे मनात उठतात आनंदी किंवा उदास भावनांचे तरंग. जर मोठेपणी असं होतं तर लहानपणची झोपेतली स्वप्न मलाच काय पण कुणालाही कशी काय आठवणार? पण म्हणून लहानपणी आपल्याला स्वप्नंच पडत नव्हती असं थोडंच आहे?

जगात सहाशे कोटी माणसं आहेत. पण त्यातल्या कोणत्याही दोन माणसांचेसुद्धा हाताचे किंवा पावलांचे ठसे सारखे नसतात. स्वभाव सारखे नसतात. मग मन तर अथांग आहे. त्यात चालणारे विचार अनंत आहेत. त्याचे स्वप्नासारखे आविष्कार कसे सारखे असतील? आणि संशोधनातून सिद्ध होणारी विधानं तरी निर्णायक कशी असतील?

जागेपणी आपण अनेक लहानसहान आणि काही खूप मोठ्या गोष्टी करायचं ठरवतो. अनेक विचार करतो. 'मनी वसे ते स्वप्नी दिसे' अशी तर म्हणच आहे. पण रात्री झोपण्यापूर्वी आपण ठरवलं की आज मी असं असं स्वप्नं झोपल्यावर पाहाणारच तर ते शक्य नाही. भले वास्तवात मला नसेल एखादी गोष्ट मिळत पण स्वप्नात तरी ती मी मिळवणारच तर ते काही शक्य नाही. लहान असल्यापासून मला असंख्य स्वप्नं पडली. पण त्या स्वप्नांवर माझा कणमात्र अंमल नव्हता. ती आली कुठून? कोण जाणे! त्यातील काही स्मृतीत का राहिली? कोण जाणे! उरलेली विस्मृतीत का गेली? कोण जाणे! आपल्या जागृतावस्थेतील चंचल मनावर आपला ताबा तर नाहीच पण झोपेत स्वप्नात व्यक्त होणाऱ्या अबोध मनावरही आपला ताबा नाहीच.

म्हणूनच आपण झोपेत जी स्वप्ने पाहू इच्छितो पण पाहू शकत नाही, ती आपण साहित्य आणि कला यातून पाहातो. स्वप्न या

विषयावर त्यामुळेच असंख्य कविता लिहिल्या गेल्या. राजकपूरच्या 'आवारा' या चित्रपटातील ड्रीम सिक्वेन्सची कल्पना त्यानंतर आलेल्या बऱ्याच चित्रपटात या ना त्या प्रकारे आली. ती लोकांना आवडली. याही पुढे स्वप्न या कल्पनाविष्काराला अंत नाही.

आता चित्रपटावरून विषय निघाला म्हणून सांगते, रात्री झोपून सकाळी उठेपर्यंत स्वप्नांची एक मिरवणूक माझ्या डोळ्यासमोरून चित्रपटासारखीच रोज जात असते. रात्री झोपल्यानंतर तासा दीड तासाने पहिली झोप उघडते ती एखादं स्वप्न पडल्यावरच. पडल्या पडल्या त्या स्वप्नाबद्दल मनात काहीबाही विचार चालतात. हे विचार करता करता परत झोप लागून जाते. विश्रांतीचा, गाढ झोपेचा काळ त्यानंतर सुरू होतो. त्यातही नक्कीच स्वप्नं पडत असतील मला. पण ती तिथल्या तिथेच विस्मृतीच्या कोशात जात असतील. आता ही स्वप्नं स्मृतीच्या कोशात माहितीसंग्रह म्हणून जपून ठेवायची म्हटलं तर त्याच्यासाठी जागं झालं तर स्वप्न अदृश्य होणार. हे स्वप्न त्याचवेळी दुसऱ्या कुणाला तरी सांगून ठेवावं म्हटलं तरी अगदी अष्टावधानी माणूससुद्धा स्वप्न पडत असताना ते दुसऱ्याला सांगू शकणार नाही. स्वप्नांच्या विश्लेषणाला त्यामुळे अर्थ नाही. हे मला मनोमन पटलं आहे. त्यामुळे झोपेतल्या स्वप्नातील चलत्‌चित्रपटाचं किंवा डुलकी लागताच पडणाऱ्या स्वप्नाचं विश्लेषण करण्याच्या भानगडीत मी कधीच पडत नाही.

काही स्वप्नं आपोआप विस्मृतीत जातात. तरी काही स्वप्नं जागं झाल्यावर लक्षात राहतात. पण ती आपण कोठे नोंद करून ठेवत नाही त्यामुळे विस्मृतीत जातात. मला वाटतं स्मृतिकोषापेक्षा आपला विस्मृतीकोष खूपच मोठा असला पाहिजे. नाहीतर आयुष्यातील दु:खं पचवून माणूस परत सुखाच्या आशेने पुढे जगू शकणार नाही. या दृष्टीनं माणसाच्या स्मरणशक्तीपेक्षा त्याची विस्मरणशक्ती फार महत्त्वाची आहे.

पहाटेची स्वप्नं खरी होतात असं म्हणतात. पहाटे आपली झोप पूर्ण होत आलेली असते. एखादं सुखस्वप्न किंवा दु:स्वप्न पडतं. धाडकन् जाग येते. बराच वेळ झोपल्यानं आपण झोपेच्या जगाशी तादात्म्य पावलेलो असतो. जागृतीच्या जगाशी जुळवून घ्यायला काही क्षण जावे लागतात. मग ते स्वप्न खरीच होणारी घटना वाटते. योगायोगाने तसं घडतं. आणि मग असं गृहीत धरलं जातं की पहाटेची स्वप्नं खरी

होतात. त्यात काही तथ्य असेलसं मला वाटत नाही. माझा तरी तसा अनुभव मुळीच नाही.

स्वप्नांच्या दुनियेबद्दल मी विचार करू लागले की मला हमखास एका विलक्षण सुंदर इंग्रजी गाण्याची आठवण होते. लहान मुलाच्या गोड आवाजात गायलेलं ते गीत. चिमुकलं स्वप्न. त्याचे सुरुवातीचे शब्द आहेत– I have a dream, I cross the street, I believe in angels... या मुलाला खिडकीबाहेर दिसणारा रस्ता पार करून जायचं आहे. तिकडे देवदूत राहातात असा त्याचा विश्वास आहे. आपल्याकडल्या कवींनीसुद्धा अशा जिज्ञासेतून अवतरणाऱ्या सुंदर भावनांची असंख्य स्वप्ने त्यांच्या सिद्धहस्त लेखणीतून आपल्याला नजराणा म्हणून दिली आहेत. त्या कवितांचा उल्लेख इथे करायचा म्हटले तर लेख माझ्या स्वप्नांबद्दल की कवींच्या हा प्रश्न पडेल. आणि तरीही बालपणीच्या दोन कवितांचा उल्लेख केल्याविना राहावत नाही. एक कविता आहे बालकवींची, 'ते डोंगर सुंदर दूरदूरचे बाई' पाच-सहा वर्षांची परकरी पोर जणू बालकवींच्या लेखणीचंच रूप घेते आणि दूर डोंगरावर गेलं तर तिथं काय काय दिसेल, कसं वाटेल याचं स्वप्नील वर्णन करते. भा. रा. तांबे यांच्या 'या बालांनो सारे या' कवितेतील बासरीवाला मुलांना आणि वाचकांना कल्पनेच्या स्वप्नातल्या झुल्यावर बसवून दुसऱ्या दुनियेतच घेऊन जातो. ती स्वप्नवत दुनिया पाहून बालांच्या बरोबर आपण मोठेही हरखून जातो.

या कवितास्वप्नांमधून मला दाणकन वास्तव जगात आपटवणारी कविता म्हणजे पोपटाबद्दलची–

भाऊ आणि पोपट

भाऊ - पोपट, पोपट बोलतोस गोड
पण झालास रोड
खा ना जरा पेरुची फोड
पोपट - भाऊ, भाऊ बोलतोस गोड
पण रानात नेऊन मला सोड
रानात जाईन, फळे खाईन
फांदीवर बसून झोके घेईन

पोपटाला आस आहे ती मुक्ततेची, स्वातंत्र्याची. त्याचं स्वप्न आहे रानात जायचं. फांदीवर बसून झोके घ्यायचं. ही कविता मला बालकविता वाटत नाही. आपला आत्मा पोपटासारखाच बंधनात अडकला आहे असं मला वाटतं. म्हणून तर पडतात आपल्याला स्वप्नं. काम, क्रोध, मोह, मद, लोभ, मत्सर या षड्रिपूंच्या पिंजऱ्यात बंदिस्त झालेला माझा आत्मा मुक्ततेची स्वप्ने पाहतो. रात्रीच्या माझ्या झोपेच्या काळात त्याची मुक्ततेसाठी केविलवाणी धडपड चाललेली मला स्वप्नात दिसते. पिंजऱ्यात बंदिस्त झाल्याने अशक्त झालेले माझ्या आत्म्याचे पंख, त्यांची वांझोटी फडफड हेच तर मला पडणाऱ्या असंबद्ध स्वप्न-तुकड्यांचं कारण.

म्हणूनच तर मला दोन स्वप्नं नेहमीच पडतात. एक स्वप्न म्हणजे मी कुठेतरी जात आहे, शाळेत, ऑफिसात, एखाद्या समारंभाला आणि मला उशीर झाला आहे. वेळेवर पोहोचण्यासाठी माझ्या जिवाची उलघाल होते आहे. आणखी एक स्वप्न मला नेहमी पडते ते म्हणजे परीक्षा आलेली आहे आणि माझा अभ्यास माझ्या समाधानाइतका झालेला नाही. परीक्षेत मी उत्तरं लिहू शकणार नाही. वास्तव आयुष्यात मी अत्यंत वक्तशीर आहे. परीक्षेला जाताना माझा अभ्यास नेहमीच समाधानकारकरित्या झालेला असायचा. मानसशास्त्रज्ञांनी माझ्या या स्वप्नांचं वर्गीकरण आणि विश्लेषण केलं आहे. अशी पुस्तकं बाजारात आहेत आणि अशी स्वप्नं पडणारी माणसंसुद्धा जगात आहेत. मी जागी झाले की माझी ही स्वप्नं नगण्य होतात, कारण आता मी कोणत्याच परीक्षेला बसणार नाहीये आणि निवृत्त झाल्यानं मला फारसं कुठे जायचं नसतं. तरीही ही दोन स्वप्नं मला सातत्यानं पडतच असतात. माझ्यापुरतंच मी केलेलं या स्वप्नांचं विश्लेषण म्हणजे कर्तव्यपूर्तीचं माझ्या मनावरचं दडपण. लहानपणाचा तसा घट्ट संस्कार.

आणखी एक स्वप्न पूर्वी मला बरेचदा पडत असे. पण अलीकडे पडत नाही. ते म्हणजे पाण्याचा एक प्रचंड महासागर माझ्या दिशेनं लाटांच्या स्वरूपात येत आहे. त्याने मी भेदरलेली आहे. कदाचित माझ्या आयुष्यातल्या कर्तव्य आणि जबाबदाऱ्या यांचा तो पूर असेल. आता बरीचशी कर्तव्य संपली म्हणून ते स्वप्न पडत नसेल. पाण्याची मला जागृतावस्थेतही भीती वाटते हे मात्र खरं. माझी रास कर्क. कर्क

म्हणजे खेकडा. आता खेकड्याला कशी काय पाण्याची भीती? पण या जंतरमंतरमध्ये मी पडत नाही. नाही ना हे स्वप्न आता पडत मग जाऊ दे.

थोडक्यात सांगायचं तर मला असं वाटतं की जागृतावस्थेत जी असंख्य बंधनं आपल्यावर असतात त्यांची स्पंदनं म्हणजे सुप्तावस्थेत आपल्याला पडणारी स्वप्नं. संतमहात्मे या बंधनातून सुटत असतील तेव्हा त्यांच्या इष्टदेवता त्यांच्या स्वप्नात येऊन त्यांना दृष्टांत देत असतील. अंधश्रद्धा निर्मूलनवाल्यांना तर दृष्टांत वगैरे बंडलच वाटत असेल. पण मी मात्र या मताची नाही. शेवटी स्वप्न ही प्रत्येक व्यक्तीच्या भावजीवनातील वैयक्तिक बाब आहे. काही भोंदू या संकल्पनेचा दुरुपयोग करून लोकांना फसवतात. म्हणून ही संकल्पनाच खोटी असं मला वाटत नाही. पण एवढं मात्र खरं की आस्तिक असूनही मला मात्र असं दृष्टांतरूप स्वप्न कधीही पडलेलं नाही.

तसंच कोणत्याही जिवंत किंवा मृत व्यक्तीने मला स्वप्नात येऊन तू अमुक कर किंवा तमुक कर असं कधीही सांगितलं नाही. एक गंमतीदार विचार याबाबतीत माझ्या मनात येतो. मी म्हणजे एक मनस्वी व्यक्ती आहे असं माझ्याबद्दल इतरांचं मत आहे. त्यामुळे मी दुसऱ्यांचं ऐकून काही करत नाही तर माझ्या मनाला पटेल त्याप्रमाणेच वागते. इतरांच्या दृष्टीने असलेला हा माझा स्वभावदोष मी स्वभावगुण मानते. कारण त्यामुळे आपल्या चुकांचे सुपरिणाम किंवा दुष्परिणाम यांची जबाबदारी मी दुसऱ्यांवर टाकत नाही. या माझ्या स्थायिभावामुळे कोणीही मला स्वप्नात किंवा सत्यात काही सांगण्याच्या भानगडीत पडत नाही.

मग मला जी असंख्य स्वप्ने झोपेत किंवा डुलकी लागताच पडतात ती कशाबद्दल आणि का पडतात? ही माझी स्वप्नं म्हणजे तुकडे तुकडे जोडलेला एक कोलाज असतो. असंबद्ध ताबडतोब अदृश्य होणारी स्वप्नं. ती मला का पडत असावीत? माझ्या मनाखालचं अबोध मन हे त्याचं कारण. आपलं मनच जिथे आपल्याला सापडत नाही तिथे अबोध मन सापडेल अशी आशा करणं किंवा तसा प्रयत्न करणं हे व्यर्थ आहे. पडतात ना स्वप्नं तर पडू देत. खरी नाही ना होत. फारच छान. कारण चांगली स्वप्नं खरी झाली तर वाईट स्वप्न खरी होतील या भीतीनं

जागृतावस्थेत जीवनाचा धसकाच निर्माण होईल. स्वप्नं म्हणजे स्वप्नं. दिसतात तोपर्यंत पाहायची नंतर विसरून जायची.

जागृतीतला जन्मापासून मृत्यूपर्यंतचा काळ म्हणजे जीवन. हा आहे जागृत मनाचा मोठा टाइमपास. मग अबोध मनाला नको टाइमपास? स्वप्न हा अबोध मनाचा सुप्तावस्थेतला टाइमपास. हा विचार मान्य करून पडणारी स्वप्नं मुकाट्यानं मी पाहते. खरं तर ती प्रत्येकालाच मुकाट्यानं पहावी लागतात. माझी स्वप्नं खरी होऊ नयेत अशी माझी प्रामाणिक इच्छा आहे. कारण ज्या स्वप्नांवर आपला ताबा नाही त्या गोष्टी जर खऱ्या होऊ लागल्या तर आपल्या जागृतावस्थेला अर्थ उरणार नाही.

वाईट स्वप्नं खरी व्हायच्या भीतीची एक गोष्ट सहज आठवली. टायटॅनिक बोट एका बंदरात थांबली होती. त्या शहरातल्या एका बाईला स्वप्न पडलं. टायटॅनिक बोट बुडाली. त्याचा सर्व तपशील तिला स्वप्नात दिसला. दुसऱ्या दिवशी वेड्यासारखी धावत ती बोटीवरील अधिकाऱ्यांकडे गेली. तिनं कळवळून विनंती केली, की ही बोट सोडू नका. ही बुडणार आहे. पण टायटॅनिक बोट सुटली आणि बरोबर त्या बाईच्या स्वप्नात दिसलेल्या तपशीलाप्रमाणे बुडाली. पण तरीसुद्धा अशा स्वप्नांच्याप्रमाणे गाड्या, विमानं आणि बोटी यांची वेळापत्रकं बदलता नाही येणार. म्हणूनच सटवाईची नियतीच मला पटते.

अशी खरी होणारी स्वप्नं जर मला पडू लागली तर मला झोपायचीच भीती वाटू लागेल. झोपेशिवाय जगता येणार नाही. आणि झोपल्यावर दुःस्वप्न पडलं तर सुखाने जगता येणार नाही. तेव्हा झोप-दुःस्वप्न-जागेपणचं जीवन असं दुष्टचक्र सुरू होण्यापेक्षा मला तपशीलवार स्वप्नं पडत नाहीत आणि क्वचित पडलं तर ते खरं होत नाही हेच बरं.

पण एक मात्र होतं, स्वप्नतुकड्यांमध्ये मी न पाहिलेल्या व्यक्ती माझ्या स्वप्नात येतात. त्या कशा आणि का? त्याचा अर्थ काय? मी न पाहिलेल्या त्या व्यक्तींच्या प्रतिमा माझ्या मनश्चक्षुंपुढे सुप्तावस्थेत कशा तयार होतात? कोण जाणे! शिवाय या न पाहिलेल्या व्यक्ती माझ्या चक्षूंना दिसतात की मनश्चक्षूंना? नक्कीच मनश्चक्षूंना. याबद्दल संशोधन व्हायलाच नको इतकं ते सत्य आहे. कारण स्वप्नं पाहायला मलाच काय पण कुणालाही चष्मा लागत नाही. सगळीच चष्मेवाली

माणसं चष्मा काढून झोपतात आणि तरीसुद्धा सुखेनैव स्वप्नं पाहू शकतात. शिवाय आंधळ्यांनाही स्वप्नं पडतातच. तेव्हा आपल्या स्वप्नफुलांचा अर्थ हा की तो आपल्या झोपेत चालणाऱ्या अबोध अव्यक्त मनातील विचारांचा खेळ असतो.

कल्पनाविस्तार किंवा कल्पनाविष्कार यावर आधारित एक आत्मवृत्तपर निबंध शाळा-कॉलेजच्या भाषा विषयाच्या प्रश्नपत्रिकेत येतो. इतर वैचारिक, वर्णनपर विषयांच्या तुलनेत हा निबंध लिहिणं विद्यार्थी प्राधान्याने पसंत करतात. फुलांचं, पक्ष्यांचं किंवा इतर कोणाचं आत्मवृत्त लिहिताना फ्लॅशबॅक तंत्र वापरतात. शेवट हमखास आईनं मला उठवलं किंवा मी पलंगावरून पडलो आणि फूल किंवा पक्षी माझ्याशी बोलत होतं ते स्वप्नं होतं हे माझ्या लक्षात आलं असा असतो. पुष्कळवेळा मला हे निबंध वाचताना वाटतं आपली स्वप्नं सत्यात उतरणार नाहीत या नकारात्मक विचारांचं हे प्रतिबिंब आहे.

आपल्या निवृत्तीप्रधान विचारसरणीचा अतिरेक होऊन आपण निष्क्रिय, उदासीन, नकारात्मक झालो आहोत असं मला वाटतं. त्याचा परिणाम म्हणून मनावर अधिक दडपण, बंधनं येतात. मला वाटतं मला जी स्वप्नं पडतात त्यात सुखस्वप्नं क्वचितच असतात. दुःस्वप्नंही क्वचितच असतात. पण एकंदरीत स्वप्नांचे तुकडे काहीतरी प्रश्न, कठीण परिस्थिती, एखादी गोष्ट आपल्याला मिळत नाहीये अशी असतात. माझ्याप्रमाणे इतरांनाही अशी काहीबाही नकारात्मक स्वप्ने पडत असतील आणि शालेय निबंधात ती स्वप्नभंग या स्वरूपात परावर्तित होत असतील. पण आपल्या संस्कृतीला हे कधी कळणार की निवृत्ती हा सकारात्मक विचारसरणीचा निरिच्छ उच्चांक आहे. निष्क्रियतेचा, उदासीनतेचा संदेश नव्हे. नाहीतर संत ज्ञानेश्वर पसायदानात, 'जो जे वांछिल तो ते लाहो, प्राणिजात' असं उगीचच का म्हणाले, शिवाय हे सर्व या मानवजीवांना मिळेल असंही तो विश्वात्मक देव म्हणाला आणि मग 'ज्ञानिया सुखिया झाला' हेच सकारात्मक तत्त्वज्ञान आहे ना आपलं? मग आपण नकारात्मक का?

माणसाचं मन परमेश्वराचा अमूल्य ठेवा आहे. तो ज्ञानार्जनक्षमतेचा, विज्ञानार्जनक्षमतेचा आणि सद्‌भावक्षमतेचा एक प्रचंड खजिना आहे. कधीही रिता न होणारा.

मध्यंतरी अमेरिकेत असताना मी एक दहा मिनिटांची कार्टून फिल्म पाहिली. एक गरीब बाई असते. तिला पाच ते सात वयाची दोन मुलं असतात. एक मुलगा व दुसरी मुलगी. ते एका शॉपिंग स्ट्रीटवरून जात असतात. प्रथम कपड्यांची शोरूम लागते. स्वत:च्या फाटक्या कपड्यांकडे पाहात ती शोरूममधल्या सुंदर कपड्यांकडे आशेने पाहातात, काचेला नाक लावून. हे आपल्याला नाही मिळू शकणार या खिन्नतेने पुढच्या खेळण्यांच्या, खाऊंच्या शोरूमकडे जातात. त्यांची खिन्नता दुकानदारांच्या लक्षात येते. घरी आल्यावर सुका पाव खाऊन चिरगुटावर दोघं झोपतात. त्यांच्या स्वप्नात त्या श्रीमंत शोरूम्स, त्यातले कपडे, खेळणी, खाऊ हे येतं. आपण सुंदर कपडे घालून पोटभर खाऊ खाऊन आनंदाने नाच, गात सुंदर खेळण्यांशी खेळत आहोत हे दृश्य त्यांना स्वप्नात दिसतं. सकाळी मुलं जागी होतात. तेव्हा त्यांच्या दारात तीन दुकानदार उभे असतात. एकाने सुंदर कपडे, दुसऱ्याने सुंदर खेळणी, तिसऱ्याने रुचकर मिठाई मुलांना भेट म्हणून आणलेली असते. आदल्या दिवशी ती मुलं या वस्तूंकडे पाहात असतानाच्या त्यांच्या भावना या दुकानदारांनी ओळखलेल्या असतात. त्यांचं मन हेलावतं आणि या भेटी ते घेऊन येतात. मुलांचं स्वप्नं सत्यात उतरतं. ती आनंदाने नाचू लागतात. 'जो जे वांछिल तो ते लाहो' हे तत्त्वज्ञान आपलंच पण आचरणात आपण आणलं की पाश्चात्यांनी हे मला पडलेलं कोडं आहे.

माझी स्वप्नं खरी होत नाहीत. आपली इच्छित स्वप्नं आपण झोपेत स्वत:ला पाडू शकत नाही. मला दृष्टांत होत नाहीत. कोणतीही व्यक्ती माझ्या स्वप्नात येऊन मला काहीही सांगत नाही. आणि तरीसुद्धा एकदा तरी या नियमाला अपवाद व्हावा असं मला वाटतं. या जगातलं दु:ख आणि दैन्य नाहीसं झालं आहे असं स्वप्न मला पडावं. त्यात एखाद्या देवतेनं यावं, तुझं हे स्वप्न पूर्ण होईल असं वरदान मला मिळावं आणि सकाळी उठल्यावर हे स्वप्न सत्यात आलं आहे हे मला दिसावं आणि कार्टून फिल्ममधल्या मुलांसारखं मी नाचावं या स्वप्नाची आणि ते सत्यात उतरण्याची रोज रात्री झोपण्यापूर्वी मी वाट पाहात असते.

◆

स्वप्नांचा अनुभव मला बालपणापासूनचा. अर्थात इतरांनाही तो तसा असणारच. मला आठवणारी स्वप्नं तशी खूप आहेत. काही खूप वर्षांपूर्वीची तर काही अगदी अलीकडची. काही स्वप्नं त्यांच्या वेगळेपणामुळे किंवा अगदी योगायोगाने अजूनही स्मरणात राहिली आहेत. काही अजिबात आठवत नाहीत.

स्वप्न या शब्दाकडे अनेक नाही का? स्वप्नात आपल्याला काय काय दिसत असतं. विचित्र, अतर्क्य, हास्यास्पद, असंबद्ध किंवा अगदी लाजिरवाणे प्रसंगसुद्धा आपण स्वप्नात अनुभवतो! तर स्वप्न जसं अनुभवलं, जेवढं आठवतंय तेवढं आणि तसंच मी सांगणार आहे. आठवणाऱ्या स्वप्नांचं कोलाज वाचकांना सादर करणार आहे.

कोलाज म्हणजे तरी काय? वेगवेगळ्या आकाराचे, वेगवेगळ्या

कोलाज

शि. द. फडणीस

दृष्टींनी पाहिलं जातं. आपली ध्येयं किंवा आकांक्षा, जागेपणी आपण बघतो ती स्वप्नं वेगळी. झोपेत, मिटलेल्या डोळ्यांना दिसतात ती वेगळी. त्यांचे वैद्यकशास्त्रीय आकलन किंवा मानसशास्त्रीय अनुमान हा तर स्वतंत्रच विषय आहे. मुळात डोळे मिटलेले असतानाही आपण ती स्वप्नातली दृश्यं बघू शकतो हीच गोष्ट मला मोठी अद्‌भुत वाटते.

अन् स्वप्नसृष्टीही तशी अद्‌भुतच पोताचे, रंगीबेरंगी तुकडे जोडून तयार केलेली कलाकृती. एक चित्रकार म्हणून मला तरी हे स्वप्नांचं कोलाजच वाटतं.

अगदी जुन्यात जुनं स्वप्न मला आठवतंय त्यावेळी मी आठ-नऊ वर्षांचा असेन. प्राथमिक शाळेचंच वय होतं. आम्ही त्यावेळी कोल्हापूरला राहात होतो. तिथल्या टेंबलाई देवीच्या जत्रेला आम्ही सगळे मित्र मित्र मिळून गेलो. तिथे चेंडू खेळायला लागलो. खेळता

खेळता मी जोरानं किक् मारली. चेंडू उंच आकाशात उडाला अन् चेंडूबरोबर माझं पाऊलही आकाशात! बापरे! आता घरी कसं जायचं? अन् आपलं पाऊल आपल्याजवळ नको का? ते असं कसं उडालं? असंही मी मित्रांना म्हणालो. आपल्याला आता चालता येणार नाही याचा धक्काच बसला. त्या धक्क्यानंच जाग आली. त्याबरोबर आपलं पाऊल जागेवर आहे ना याची खात्री करून घेतली.

शाळकरी वयातलं आणखी एक स्वप्न, चित्रकलेची परीक्षा होती. ग्रेड एक्झॅमिनेशन. माझी सर्व जय्यत तयारी असते. पण तरीसुद्धा उशीरच होतो. सर्व सामग्रीसह मी धावत पळत परीक्षाकेंद्रावर जातो तर परीक्षा केव्हाच सुरू झालेली होती! म्हणजे? आता मला आत तरी जायला मिळणार की नाही? शाळेच्या हॉलमधल्या घड्याळाचे ठोके वाजतात अन् मी जागा होतो. तेव्हा म्हणतो– हुश्य! बरं झालं ते सगळं स्वप्नच होतं म्हणून. मला उशीर झाला असं स्वप्न अनेकदा पडलंय.

मला नवल वाटतं, जागेपणी नेहमी वेळ पाळणारा मी. पण स्वप्नातल्या उपक्रमांना मात्र मला नेहमी उशीर कसा काय होतो?

स्वप्नात एकदा मी बसस्टॉपवर उभा होतो. अंगावर फक्त अंडरपँट. पायात चप्पलसुद्धा नाही! मी असा कसा काय बाहेर पडलो? आश्चर्य म्हणजे इतर माणसांनासुद्धा यात काही वेगळं किंवा विचित्र वाटत नाहीये! त्यांच्या माझ्या छान गप्पा चालल्या आहेत. जणू मी नेहमीसारखाच आहे.

एकदा भर मध्यरात्री दारावर थापा. अंधारातच मी दार उघडतो. एकदम दोन दांडगी माणसं घरात घुसतात. चोर की गुंड? अन् ते घरात का शिरलेत? त्यांचा आक्रमक पवित्रा– अन् मी जोरात ओरडतो. माझ्याच ओरडण्यानं मी स्वप्नातून जागा होतो. जाग हीच सुटका वाटावी इतकं अनुभवाच्या जवळ जाणारं ते स्वप्न होतं.

मी रानातून मजेत, रमत गमत चाललोय. अन् एकदम पिसाळलेला हत्तीच माझ्या अंगावर धावून येतोय. मी धावण्याची शिकस्त करतोय पण पाय जागचा हलेल तर शपथ. इतका जड कसा झाला पाय? अन् मीही एवढा अगतिक? बालपण कोल्हापूर संस्थानात गेलं. त्यामुळे चालणारे, धावणारे हत्ती हे दृश्य मला दुर्मिळ नव्हतं. पण चक्क पिसाळलेला हत्ती? तो स्वप्नातच धावून आला म्हणून बरं!

भीतीचं आणखी एक स्वप्न. मी त्यावेळी हायस्कूलमध्ये असेन. मी पाहतोय तर आमच्या दारी कडकलक्ष्मी आलेली. लक्ष्मी म्हणजे स्त्री असते, पण कडकलक्ष्मी म्हणजे पुरुषच असतो ना. अंगावरच्या घागऱ्याला विविध रंगाचे पट्टे, कवड्यांच्या माळा, कपाळभर मळवट अन् हातात आसूड. बघून मला धडकीच भरली. त्यात आणि कडकलक्ष्मीच्या डोक्याभोवती लालपिवळ्या प्रकाशाची वलयं फिरत होती. ते दृश्य बघून मी दचकून जागा झालो. अन् लक्षात आलं की ते सर्व स्वप्न होतं. पण ही मालिका इथे संपत नाही! मी पूर्णपणे जागा झालो होतो. मध्यरात्र होती ती. खोलीत मंद उजेड होता. त्या उजेडात मला समोरची खिडकी, भिंतीवरचे कॅलेंडर, घड्याळ, टेबलखुर्ची– सर्व वस्तू दिसत होत्या. पण शरीराची हालचाल ठप्प झालेली! मी स्वप्नापेक्षा जागेपणीच आता भेदरून गेलो. काकूऽ अशी मोठ्यानं हाक मारण्याचा प्रयत्न केला (आईला आम्ही भावंडं काकूच म्हणायचो). पण आवाजही फुटेना.

या विलक्षण अवस्थेत तीन-चार मिनिटं गेली असावीत. मग निकराचा प्रयत्न केला. मोठ्या शिकस्तीनं कुशीवर वळू शकलो. मग अचानकच, बटन दाबल्यावर पंखा चालू व्हावा त्याप्रमाणे आवाज, हालचाल इत्यादी सर्व चालू झालं. जाग आहे, स्वप्न नाही, पण देहाच्या नियंत्रकाला जणू तेवढा वेळ डुलकी लागली असावी. जागृती आणि स्वप्न यांची सीमारेषा डोळ्यांनी बघण्याचा हा विलक्षण अनुभव त्यानंतर आजतागायत कधीही आला नाही.

कवी आणि कलावंत स्वप्नाळू असतात असा आपला एक समज आहे. आता वृत्तीनं कुणी स्वप्नाळू असेल किंवा नसेल. पण स्वप्नात कुणाला कविता सुचते किंवा लेखकाला नवी कथाकल्पना सुचते असेही अनुभव आहेत. मात्र असं सर्रास घडत नाही. अगदी फारच क्वचित असं होऊ शकतं. जे दिवसभर मनात घोळत असतं त्याचंच प्रतिबिंब माणसाला स्वप्नात दिसत असतं. शिल्पकार, संगीतकार किंवा कुणीही कलाकार आपल्या नवनिर्मितीत तल्लीन झाले, एकरूप झाले तर त्यावेळी त्यांना असं स्वप्न सहजच पडू शकेल. ऑफिसला दांडी मारणं किंवा चहाबरोबर कांदाभजी खाणं असं स्वप्न सर्वसाधारण माणसाला पडू शकतं. कलावंतांना कलाविष्काराबाबतचं स्वप्न पडणं हेही तितकंच स्वाभाविक आहे.

मला स्वत:ला स्वप्नात काही रचना किंवा रंगयोजना दिसल्या आहेत. दिवसा विचारपूर्वक केलेल्या चित्रात काही फेरबदल किंवा अन्य पर्याय असेही स्वप्नात दिसले आहेत. एकदा एक कल्पनाही सुचली.

हे जितकं सुसंगत आहे तितकीच अगदी विसंगत वाटणारी दृश्यही मला स्वप्नात दिसली आहेत. एक जुन्या ओळखीचे गृहस्थ सहपरिवार आमच्याकडे चक्क टांग्यानं आले. हे स्वप्न दीड दोन महिन्यापूर्वीचं. अन् मी त्यांना विचारतोय, "पुण्यात जिकडे तिकडे रिक्षा- तुम्हाला टांगा मिळाला तरी कसा?"

शेजारच्या घरी माडीवर जाण्यासाठी मी निघतो. कसं काय कुणास ठाऊक- त्यांचं दुधाचं पातेलं द्यायचं होतं. पण जाणार कसं हा मोठा प्रश्न होता. ते राहात होते माडीवर- पण त्यांच्या घराला मुळी जिनाच नव्हता! शेवटी शिडी, खिडकी, टेबल अशी कसरत करत, मोठ्या मुश्किलीनं, ते हिंदकळणारं दुधाचं पातेलं त्यांच्या स्वाधीन केलं. त्यांना म्हणालोसुद्धा- "अहो, रोज रोज अशी सर्कस करायची- तुम्हाला हे गैरसोयीचं नाही का? जिना करून घ्या!"

आमचे एक अगदी जुने शेजारी. त्या बाईचं अन् त्यांच्या मुलीचं सारखं भांडण व्हायचं. एकदा रागाच्या भरात बाई म्हणते, आता या मुलीला मी विकूनच टाकते! अखेर त्यांची मोलकरीण मध्ये पडते. कनवटीचे पाचशे रुपये काढते अन् मालकिणीला म्हणते- "मला द्या ही! कशी सोन्यासारखी मुलगी आहे- मीच हिला घेऊन जाते." हा सर्व प्रसंग मी स्वप्नात पाहिला आणि हतबुद्ध होऊन गेलो आणि स्वप्नातच कुणाला तरी सांगतोय- "काय हे? चांगले शिकले सवरलेले लोक, घरचे सुखवस्तू, अन् खुशाल मुलीला विकून टाकतात बरोबर आहे का हे?"

एकदा स्वप्नात मला एक जुने स्नेही दिसले. त्यांचा चेहरा गंभीर होता. माझ्याजवळ येऊन कानाशी हलक्या आवाजात सांगू लागले- "तुम्हाला कळलं का? दांडेकर गेले." "कोण दांडेकर?" मी विचारलं. "अहो, लेखक- गो. नि. दांडेकर- ते वारले."

आम्ही सगळे चकित. बातमी दु:खद होती, पण अप्पांना जाऊन दोन वर्षं झाली होती! खरंच- स्वप्नाला वर्तमान आणि भूतकाळ यांचा संदर्भ मुळी मान्यच नसतो!

माझ्या दोन स्वप्नांना राजकीय पार्श्वभूमी आहे. मी राजकीय टीकाचित्रं फारशी केलेली नाहीत. पण या दोन्ही स्वप्नांतली घटना नुसत्या राजकीयच नव्हे तर ऐतिहासिक ठरणाऱ्या आहेत.

पहिली घटना– तो सन १९४८ चा काळ असावा, मी मुंबईत जे. जे. स्कूल ऑफ आर्टस्‌ला शिकायला होतो. राहायची जागा कुर्ल्याला. तिथे घरासमोर आग्रा रोड होता. त्या रस्त्यावर उशिरापर्यंत अवजड वाहनांची ये-जा चालू असायची.

देश नुकताच स्वतंत्र झालेला होता. लहानमोठी संस्थानं भारतात विलीन झाली. पण निजाम ही एक समस्याच होती. हैद्राबाद संस्थान भारतात सामील करण्यास निजामाची मुळीच तयारी नव्हती. त्याच्या जुलमी राजवटीत तिथले नागरिक गांजलेले होते. हैद्राबादचं होणार तरी काय? हा तणाव सर्वत्र जाणवत होता. राजकीय नेते तर विलक्षण चिंतेत होते.

कुर्ल्याला त्या रात्री जाग आली ती अशीच वाहनांच्या आवाजानं. रात्रभर अवजड लष्करी वाहनांची आग्रा रोडला जणू रीघच लागली होती. तिथले सगळे रहिवासी बुचकळ्यातच पडले. हा प्रकार तरी काय आहे? काही उमजेना. दुसऱ्या दिवशी वृत्तपत्रात मोठ्या टाइपात बातमी– हैद्राबादला पोलीस कारवाई– सर्व बाजूंनी लष्कराचा वेढा! नाव पोलीस कारवाई असले तरी प्रत्यक्षात ती लष्करी कारवाईच होती. उद्दाम आणि अडेलतट्टू निजाम शरण आला आणि हैद्राबाद संस्थान भारतीय संघराज्यात बघता बघता विलीन झाले. या सर्व कारवाईचे सूत्रधार होते गृहमंत्री सरदार वल्लभभाई पटेल!

या विलक्षण घटनेची सगळीकडे चर्चा होत होती. आम्ही आर्ट स्कूलचे विद्यार्थीही याला अपवाद नव्हतो. सगळेजण स्तिमित झाले होते. अशावेळी मला स्वप्न पडलं– मी एका तळ्याकाठी एका खडकावर बसलो होतो. पलीकडे साक्षात वल्लभभाई पटेलही बसलेले. हाताने लहानमोठे दगड पाण्यात टाकत होते. काहीसे विमनस्क स्थितीत वाटले. माझ्याकडे बघून गंभीरपणे म्हणाले, ''मी तरी काय करणार? अखेर नाइलाज झाला म्हणून हे सारं करणं भाग पडलं ना!''

एवढा मोठा नेता एका विद्यार्थी मुलाशी कसा काय बोलतोय याचं मला स्वप्नातसुद्धा नवलच वाटलं. सकाळी जाग आली तेव्हा या

स्वप्नाची मला गंमत वाटली. शेजारी किंवा मित्रांना सांगितलं तर कुणाला खरंही वाटेना.

स्वप्नात चित्रकल्पना सुचल्याबद्दल मी मघाशी लिहिलं होतं. त्याबद्दल जरा अधिक विस्तारानं लिहायला हवं. हे स्वप्न १९७७ सालचं. १९७५ मध्ये आणीबाणी जाहीर करून त्यावेळच्या पंतप्रधान इंदिरा गांधी यांनी सर्वांना धक्काच दिला. वास्तविक बाईंचा पराभव सोडला तर आणीबाणी पुकारावी अशी कोणतीही परिस्थिती देशात नव्हती. आणीबाणीत अनेक लहानमोठे कार्यकर्ते आणि नेतेसुद्धा तुरुंगात होते. अगदी जयप्रकाश नारायणसुद्धा! सर्वत्र संतापाची लाट उसळली होती. अनेक प्रकारचे निर्बंध जारी केले होते अन् त्यांची अंमलबजावणीही कडक होती. स्वतंत्र देशातील ही गुलामगिरीच होती. या सगळ्याची मनस्वी चीड येत होती. तरीही सगळे असाहाय्य होते.

असे काही महिने गेले. दरम्यान देशातील प्रतिक्रिया आणि परदेशी दबाव यामुळे बाईंनी थोडं नरमाईनं घेतलं आणि देशात निवडणुका जाहीर केल्या. सर्व विरोधी पक्षनेते तुरुंगात डांबलेले. ते आपला प्रचार कसा करणार? (काहींनी तर तुरुंगातूनच निवडणूक लढवली!) पु. ल. देशपांडे, दुर्गाबाई भागवत यांच्यासारखे साहित्यसेनानी प्रचारासाठी पुढे सरसावले होते. गर्दीचा उच्चांक गाठणाऱ्या त्यांच्या प्रचारसभा गाजत होत्या, पण प्रत्यक्ष निवडणुकीत नेमकं काय होणार याचा अंदाज करणं कठीण होतं.

त्यावेळी मला स्वप्न पडलं की एका मैदानावर सर्व नेते जमलेले आहेत. इंदिराबाईंनी सर्वांसाठी धावण्याची शर्यत लावलेली आहे. बाई स्वत:सुद्धा एक स्पर्धक म्हणून सहभागी झालेल्या आहेत. त्या शर्यतीच्या पोजमध्येच आहेत. रेडी? गेट सेट? असं विचारून शिट्टीही स्वत:च वाजवतात. पण त्यांच्याखेरीज कुणीही जागचं हलतसुद्धा नाही. सर्वांचे चेहरे विषण्ण... आणि सर्वांचे पाय कापलेले! अशा परिस्थितीत शर्यत? सगळं विचित्रच होतं.

जाग आली. कितीतरी वेळ अस्वस्थ विमनस्क होतो. सारं स्वप्न विलक्षण वाटलं. त्याच मन:स्थितीत या भयंकर शर्यतीचं रेखाटन मी माझ्या स्केचबुकात करून ठेवलंय पण ते फेअर करून कुठेही प्रसिद्धीसाठी दिलं नाही. कुणीही ते छापण्याचं धाडस केलं नसतं. वृत्तपत्रांवर इतकी

बंधनं होती की पत्रकारांना मोकळेपणी श्वास घेणंही मुश्कील होतं! पण स्वप्नामध्ये या चित्रकल्पनेचा जन्म हा अनुभव मला अजूनही विलक्षण वाटतो!

अशी ही स्वप्नं आणि स्वप्नांचे तुकडे. यांचा मेळ तरी कसा काय घालायचा? काळाला छेद देणाऱ्या घटना, वर्तमान आणि भूतकाळाची सरमिसळ. माणसांची अदलाबदल, तर्काची गल्लत एकमेकात मिसळणारी, विलक्षण वेगानं बदलणारी दृश्यं. एक प्रकारे अगदी निरर्थक दृश्यांची गर्दी पण त्या गर्दीतच मनाला भिडणारं वास्तव. स्केचबुकातील गिरगटणं– ज्याला आम्ही डूडलिंग म्हणतो त्यातूनच अचानकपणे हवी ती आकृती गवसते. स्वप्नांचही असंच असेल का? जीवनातील वास्तव वेषांतर करून स्वप्नात वावरतं का?

स्वप्न आणि सृजन यांचा जन्मच मुळी अबोध मनातला. त्यांचं काही नातं असेल का? असेल असं मला तरी उगीचच वाटतं. आज घडीला ते नातं मलाही अनाकलनीय आहे. स्वप्नांची देणगी फक्त मानवालाच आहे का? की इतर प्राण्यानांही स्वप्नं पडत असतील? हत्ती किंवा डॉल्फिन यांचा बुद्ध्यांक उच्च असतो. त्यांना स्वप्नं पडत असतील का? अगदी सानुलं अर्भकसुद्धा झोपेत हसतं. रवींद्रनाथ टागोरांनी म्हटलंय– त्याला त्यावेळी सुंदर स्वप्नं पडत असतील का?

स्वप्नांचे संदर्भ राजा हरिश्चंद्र किंवा बाणासुराची कन्या उषा यांच्या कथांमध्येही आहेत. आणि आश्चर्य म्हणजे दोघांच्याही स्वप्नांचं वास्तवाशी नातं आहे! आजही मला (आणि अनेकांना) पडणाऱ्या स्वप्नांचा वास्तवाशी काहीतरी संबंध असतो. निद्रा आणि अर्धजागृती अशा सीमेवरच्या दुनियेतील ही शक्ती म्हणजे माणसाला मिळालेली फार मोठी देणगी आहे.

◆

सेतू

शकुन्तला फडणीस

बालपणीचा काळ सुखाचा म्हणतात, ना जिवाला काळजी ना कसली जबाबदारी. मग अशा त्या रम्य बालपणातील स्वप्नंसुद्धा किती सुंदर असतील! पण ती आठवणार कशी? अहो, बालपणीच्या घटनासुद्धा माणसाला धड आठवत नाहीत. मग स्वप्नांचं काय घेऊन बसलात? खरं म्हणजे बरीचशी स्वप्नं माणसाला आठवतच नसतात. तरीही, काही काही स्वप्नांचे संदर्भ मनात जणू कोरलेले असतात.

त्यावेळी मी बहुधा पाचएक वर्षांची असेन, आजोळी गेले होते. आजोळ तसं सधन. एक दिवस आजी तिजोरीची खोली आवरत होती. मी जवळच लुडबुडत होते, आजीनं मध्येच एक पितळीचा मोठ्ठा डबा काढला. माझ्या बाळनजरेला तर तो खूपच मोठा दिसला. मी पाहिलं तर बापरे! डबा भरून चांदीच्या वाट्या होत्या. मी म्हटलं– "आजी, तुझ्याकडे इतक्या चांदीच्या वाट्या आहेत, मला दे ना एक." आजी कौतुकानं हसली अन् तिनं खरंच मला एक वाटी देऊन टाकली.

मी सहज बघत होते. समोरच्या कपाटात चांदीचे लहानमोठे गडू, झाऱ्या, तबकड्या अशाही वस्तू होत्या. मी आजीला म्हटलं– "उद्या भातुकली खेळायला मला ही भांडी दे." आजी बरं म्हणाली अन् त्या रात्री स्वप्नात मी चांदीची भातुकली खेळले! असा आपला माझा अंदाज– कारण मला स्वप्न तर काही आठवत नाही. पण दुसऱ्या दिवशी उठल्यावर माझी चांदीची भातुकली कुठाय असं म्हणत मी भोकाड पसरलं अन् सारं घर दणाणून सोडलं म्हणे.

शेवटी समझोता झाला अन् भातुकली जरी नाही तरी चांदीची कपबशी आजोबांनी मला बक्षीस दिली. नवी कोरी. त्याच कपबशीतून पुढे खूप दिवस मी दूध पीत असे.

ती मला फार आवडायची. एक दिवस आईनं साध्या कपबशीतून दूध दिलं तर ती कपबशी मी फेकून दिली होती. खरं म्हणजे मी हट्टी वगैरे नव्हते; पण त्यावेळी साधी कपबशी मी फेकून दिली होती हे मला नक्की आठवतं.

बालपणाचं आणखी एक स्वप्न आठवतंय. ते स्वप्न गोड आहे, पण ते पडण्याआधी मला अगदी दिव्यातून जावं लागलं. अक्षरश: दिव्य! म्हणजे मला टायफॉईड झाला होता. एकवीस दिवसांचा. तो उलटला. म्हणजे बेचाळीस दिवस अंगात सणकून ताप (त्यावेळी अँटिबायोटिक्सचा जन्म झाला नव्हता). भरीस भर म्हणजे तेव्हाच्या डॉक्टरी शास्त्राप्रमाणे रुग्णाला खायला-जेवायलाही द्यायचं नाही. अगदी चुकून कधी तरी एखादं बिस्किट नाही तर चॉकलेट मिळायचं. माझं वय जेमतेम सात आठ वर्षांचं. तो एवढा ताप, ते झोपून राहाणं, पोटात काही नाही– हे सगळं त्या वयात मी कसं काय सोसलं असेन ते परमेश्वराला माहीत.

एक दिवस मला प्रचंड भूक लागली. मी खूप दमलेली होते. अगदी गलितगात्र, एक प्रकारच्या ग्लानीतच होते आणि त्या अवस्थेत मला स्वप्न पडलं– कुणीतरी मला खाऊ देतंय, बिस्किट? नाही नाही. चॉकलेट, चॉकलेटच होतं ते. सुंदर, रंगीबेरंगी, सोनेरी वेष्टनातलं ते चॉकलेट घेण्यासाठी मी हात पुढे करायला जाते. पण मला हातच हालवता येत नाही!

"आ कर बेटा..." कुणी तरी म्हणतं. मी आ करते आणि माझ्या तोंडात अलगदपणे ते चॉकलेट येतं. मी आनंदानं डोळे उघडून बघते आणि काय आश्चर्य! माझ्या बिछान्याजवळ बसलेले आमचे डॉक्टर खरोखरच खिशातून चॉकलेट काढून मला देत होते. आमचे फॅमिली डॉक्टर– कवी सुरेश भट यांचे वडील– मला चॉकलेट भरवत होते. माझा जीव भुकेनं व्याकूळ झालेला. मला अगदी रडू येत होतं. अशावेळी मिळालेलं आयतं चॉकलेट– ती आठवण आजही खूप सुखद वाटते. डॉक्टरांची मी लाडकी होते. गोड स्वप्न खरं होण्याचा तो अनुभव त्यावेळी तर विलक्षणच वाटला असणार. पण आजारपणामुळे ते नीटपणी समजण्याचं माझ्यात त्राणच नव्हतं.

मग पुढच्या वयात आणखी काही स्वप्नं. बहुधा पुष्कळांना पडणारी

म्हणजे परीक्षेला जायला उशीर झालाय किंवा पेपर लिहिताना एकदम काही आठवतच नाहीये. कसल्या तरी भीतीनं घाबरून आपण जोरात ओरडायला बघतो पण आवाजच फुटत नाहीये, कुणी तरी आपल्यावर धावून येतंय पण पळून जायला आपला पायच उचलत नाहीये वगैरे.

पुढे कॉलेजमध्ये गेल्यावर, 'इंटरप्रिटेशन ऑफ ड्रीम्स' या ग्रंथानं, अशी स्वप्नं का पडतात तेही समजावून सांगितलं. पण शाळकरी वयात ते कुठं माहीत होतं? त्यातून ते सगळं स्वप्नात दिसलेलं. त्यामुळे त्या त्या वेळी वाटायची ती भीती वाटतच होती. आता तशी भीती वाटणार नाही– पण आता तशी स्वप्नंच मुळी पडत नाहीत. अगदी गावाला जायचंय आणि गाडी चुकली असलं स्वप्नदेखील कधी पडत नाही.

फार फार तर पाहुणे आलेले अन् नेमकी मोलकरणीची बुट्टी, काही महत्त्वाच्या कामासाठी बाहेर पडायचं तर नेमका धो धो पाऊस किंवा रिक्षाचा अचानक संप, असलं कधी तरी स्वप्न पडतं. पण असल्या स्वप्नांची थोडीच भीती वाटते?

नवथर तारुण्यात परीकथेतील राजकुमार अर्थात काल्पनिक प्रियकर स्वप्नात यायचा. कधी हातात फुलं घेऊन, कधी आपली नवी कविता घेऊन, कधी तरी हातात चक्क तलवार घेऊनसुद्धा. प्रत्यक्षात तो कुंचलाच घेऊन आला तेव्हा मात्र मी एकदम चकित होऊन गेले.

खूप सुंदर उद्यान किंवा विस्तीर्ण सरोवर मला स्वप्नात बरेचदा दिसलेलं आहे. सगळीकडे मिट्ट काळोख, फक्त आकाशात चांदण्या अन् झाडावर काजवे लुकलुकताहेत असंही स्वप्न मला एकदा पडलं होतं. धाकट्या मुलीच्या वेळी गरोदरपणी मला स्वप्नात नाग दिसला होता. असा नाग दिसणं हे शुभलक्षण मानलं जातं.

अशा सुंदर स्वप्नांप्रमाणे काही भयंकर स्वप्नंही मला पडलेली आहेत. मला वाघानं धरलंय किंवा उंच कड्यावरून मला कुणीतरी ढकलून देतंय, मी विहिरीत पडतेय वगैरे. वाघाच्या जबड्यात मान देणाऱ्या सर्कस तरुणीची हकिकत आईनं मला सांगितली होती. ती ऐकूनच मी शहारून गेले होते. कसला भयानक खेळ तो! मॅटॅडोर किंवा मौत का कुआँ एक वेळ बरा; पण वाघाच्या तोंडात मान द्यायची म्हणजे रोज मरणाला मिठी! एका खेळाच्या वेळी रिंगणातच शेकडो प्रेक्षकांच्या देखत, त्या मुलीचा दुर्दैवी अंत झाला! ही गोष्ट मी ऐकली, त्या एक

दोन दिवसातच वाघानं मला धरल्याचं स्वप्न पडलं होतं. त्या स्वप्नानं जाम भेदरले होते मी. जिवाच्या आकांतानं मी ओरडू बघते, पण तोंडातून आवाज फुटत नाहीये, जागच्याजागी मी थरथर कापतेय, भीतीनं घाम फुटलाय असं ते भयानक स्वप्न होतं. विशेष म्हणजे जागी झाल्यावरसुद्धा माझी छाती धडधडत होती!

या स्वप्नाला कारण तरी होतं. पण एकदा कसलंही कारण कळत नसताना मला भीतिदायक स्वप्न पडलं होतं. लग्नाला काही महिने झालेले. मी सासरी कोल्हापूरला अन् शि. द. पुण्याला होते. एके दिवशी म्हणजे रात्री– झोपेत दचकून मी उठले आणि एकदम रडायला लागले. काय होतंय ते मला सांगताही येईना इतकं अनिवार रडू. घरात सगळेजण चिंतित झाले. सासूबाई सारख्या पाठीवरून हात फिरवत उगी उगी म्हणत होत्या. काय झालं? घाबरलीस का? तुला काही होतंय का? असं विचारत होत्या. डोळे पुसत मी कसंबसं बोलले– "मला वाईट स्वप्न पडलं. यांची खूप काळजी वाटते." त्यावर सगळे अवाक्!

स्वप्नात मला अमुक एक प्रसंग असा काही दिसला नव्हता. शि. द. दरवाजात उभे आहेत अन् बघता बघता त्यांची आकृती धूसर अस्पष्ट झाली असा काहीसा तो भास होता.

"अगं, मध्यानरातीची स्वप्नं खरी नसतात. अन् कालच नाही का त्याचं पत्र आलं?"

सासूबाई माझी समजूत घालत होत्या. पण माझ्या डोळ्यांचं पाणी खळेना. काय करावं कुणाला काही सुचेना. सगळेजण हतबुद्ध होऊन गेले. कुणी सुचवलं, पुण्याला तार करावी का? पण तार तरी काय करायची? त्या काळी फोनचीही एवढी सुविधा नव्हती. आता घरोघरी फोन असतो. चाळीस-पंचेचाळीस वर्षांपूर्वी, आळीत एखाद्याच्या घरी क्वचित फोन असे. योगायोगानं पुण्याला आमच्या शेजारी फोन होता. तिथे फोन करायचं ठरलं.

मग थोरले भाऊजी पोस्टात गेले. पुण्याला शेजारच्या इमारतीत राहाणाऱ्या, नव्या ओळखीच्या स्नेह्यांचा फोन नंबर त्यांनी मिळवला अन् ट्रंककॉल केला. आपल्याला कोल्हापूरहून फोन आलाय हे ऐकून शि.द. चकित! भाऊजींनी कुशल विचारलं, तब्येत कशी काय आहे? असंही विचारलं. त्यावर "तब्येत? छान! उत्तम आहे अगदी." असं

खणखणीत आवाजात उत्तर आलं.

ते ऐकून भाऊजींना हुश्श झालं. मग "काही नाही रे. अगदी सहज फोन केला. आम्ही सगळे ठीक आहोत, वहिनी खुशाल आहे. तुमच्या शेजारी फोन आहे कळलं तर म्हटलं जरा बोलावं तुझ्याशी..." असं काही तरी सांगून त्यांनी वेळ मारून नेली. माझ्या स्वप्नाचं काहीच बोलले नाहीत. एकडे शि.द. मात्र बुचकळ्यात पडले होते. कारण भाऊजी तसे नेमस्त. मुद्दाम पोस्टात जाऊन सहज फोन करण्याचा उत्साह दाखवणाऱ्यातले नव्हते. नंतर समक्ष भेटीत शि.दं.ना त्या ट्रंककॉलचं रहस्य कळलं.

अन् अतिस्नेह पापशंकी या शब्दांचा अर्थ मला कळला!

काही काही माणसांची स्वप्नं खरी होतात म्हणे. लोककथांमधून असे संकेत असतात. पूर्वी असल्या गोष्टींवर माझा विश्वास नव्हता. पण माझीच थोरली बहीण डॉ. सौ. शोभना गोखले– पुरातत्वशास्त्रज्ञ हिच्या स्वप्नांचे काही अनुभव विलक्षण आहेत. कधी गूढ, कधी अद्भुत आणि कधी कधी खरेसुद्धा! त्यांची संगती मी तरी लावू शकले नाही. तिच्या पुरातत्त्वशास्त्रातील उत्खननाप्रमाणे मला ते सारं अगम्य वाटतं.

मात्र स्वप्नांचा मला आलेला एक अनुभव मी कधीच विसरू शकणार नाही. ते स्वप्न क्षणभराचंच. मात्र त्याची पार्श्वभूमी जरा विस्तारानं सांगावी लागेल. घटना सन १९८४ ची. महिना नोव्हेंबर. शेवटचा आठवडा. आम्ही त्यावेळी भोपाळला गेलो होतो. आमचं 'हसरी गॅलरी' प्रदर्शन मध्यप्रदेशात सादर करायचं होतं. इंदोर, भोपाळ, ग्वाल्हेर अशी शहरं योजली होती. उज्जैनचंही निमंत्रण होतं. इंदोरला आम्ही पैसे भरून हॉल ठरवला आणि भोपाळला गेलो.

पण भोपाळमध्ये काही केल्या आम्हाला मनासारखा हॉल मिळेना. आमच्या गरजा आणि हॉलवाल्यांच्या अपेक्षा यांचा मेळ बसत नव्हता. आम्ही पुष्कळ शोध घेतला. माहितगारांमार्फत प्रयत्न केले. जास्त भाडं देण्याचीही आमची तयारी होती. पण काही जमत नव्हतं. आमच्यापरीनं आम्ही शिकस्त केली. दिवसभर भ्रमंती केली. पण... पण नाही! तीन चार दिवस असेच गेले. नाही म्हटलं तरी दोघंही मनातून निराश झालो होतो.

तो २९ नोव्हेंबरचा दिवस होता. माझ्या वडिलांचा स्मृतिदिन. २८

तारखेला त्यांची आठवण काढतच मी रात्री अंथरुणावर पडले. २९ च्या पहाटे पहाटे वडील मला स्वप्नात दिसले. चेहरा हसतमुख, उजवा हात उभारलेला– आशीर्वाद देणारा. बस्. स्वप्न हे एवढंच अन् मला एकदम जागच आली. त्या स्वप्नानं जणू सांगितलं की आज तुमचं काम नक्की होणार. जावयांच्या चित्रकलेचं वडिलांना खूपच कौतुक होतं. त्यांनी आशीर्वाद दिलाय म्हणजे आज आपलं काम होणार!

आणि खरोखरच आमचं काम झालं! भोपाळमधला एक अतिशय सुंदर आणि भारतभर प्रसिद्ध असणारा हॉल आम्हाला मिळू शकत होता. आमच्यासाठी नियम शिथिल करूनही हॉल द्यायला संस्थेच्या अध्यक्षांनी तयारी दर्शविली होती. मात्र त्यासाठी संस्थेच्या विश्वस्तांची औपचारिक मंजुरी आवश्यक होती. विश्वस्त परगावी गेले होते. दोन-तीन दिवसांनी येणार होते. "दोन-तीन दिवसांनी या. तुमचं काम निश्चित झालं म्हणून समजा, काळजी नको." अशा शब्दांतच अध्यक्षांनी आम्हाला निरोप दिला.

भोपाळहून आम्हाला ग्वाल्हेरला जायचंच होतं. तिथला हॉल जवळजवळ ठरला होता. आम्ही हॉल बघून पैसे फक्त भरायचे होते. म्हणजे भोपाळला दोन तीन दिवसांनी पुन्हा येण्यात कसलीच अडचण नव्हती.

पण आता वेगळीच अडचण उभी राहिली! एकाएकी शि.दं.नी आपला मनसुबा बदलला. "नकोच काही, इथे प्रदर्शनही नको अन् भोपाळला परत येणं नको." असंच सारखं म्हणायला लागले.

मी एकदम चकित! विचारलं, "अहो, काय झालं एकाएकी? असं का म्हणताय?"

"का कुणास ठाऊक? इथं पुन्हा यायला नकोच वाटतं." यांचं उत्तर.

मी त्यांचं मन वळवण्याचा प्रयत्न केला. "केवढी हौस वाटत होती तुम्हाला... भोपाळला प्रदर्शन व्हावं म्हणून! चार दिवस आपण एवढी वणवण केली. अन् आता इतका सुंदर हॉल मिळतोय तर तुम्ही का नाही म्हणताय?" पण ह्यांचा नकोचा ठेका कायम. शेवटी माझाही नाइलाज झाला. त्याच अवस्थेत आम्ही भोपाळ सोडलं आणि ग्वाल्हेरच्या गाडीत बसलो.

हॉलच्या कामासाठी आम्हाला ज्या दिवशी यायला सांगितलं ती

तारीख होती ३ डिसेंबर १९८४! म्हणजे युनियन कार्बाईडचा तो भयंकर स्फोट ज्या दिवशी झाला तीच ती तारीख! आम्ही राहिलो होतो ते हॉटेलही त्याच परिसरात होतं. इतकंच काय, दोन डिसेंबरला परत आल्यावर तिथंच आम्ही राहाणार होतो. हॉटेलच्या मॅनेजरला तसं सांगितलंही होतं!

कधी कधी वाटतं, कुठल्या अबोध कारणामुळे शि.दं.नी आपला बेत रद्द केला? सगळी योजना सोडून दिली? ज्यासाठी एवढी खटपट केली ते काम आता होणार होतं. तरीही अचानक त्यांना ते नकोच असं का वाटू लागलं? कुणास ठाऊक! त्यांचं त्यांनाही कारण सांगता येत नाही.

आम्हाला अजूनही ते गूढच वाटतं. खरंच कोणत्या अज्ञात शक्तीनं शि.दं.ना त्यावेळी तशी बुद्धी दिली? काय असेल ते असो. मला तरी वाटतं, स्वप्नात येऊन माझ्या वडिलांनी आशीर्वाद दिला अन् आम्ही त्या भयानक संकटातून वाचलो.

अखेर स्वप्न म्हणजे तरी काय? भावनेला आधार. माणसाला न कळणाऱ्या विश्वातील हालचाल. वास्तवातील घटनांशी जोडणारे लहान-मोठे सेतू, दुर्मिळ सुख मिळण्याचं आशास्थान किंवा अतर्क्य योगायोग. सर्वसामान्य भावनाप्रधान माणसं तर स्वप्नं बघतातच, पण बुद्धिप्रामाण्यवादी शास्त्रज्ञही स्वप्नं बघत असतातच ना!

◆

स्वप्न पाहणे हा माझा एक सहज छंद आहे. एकोणऐंशी वर्षांच्या आयुष्यात स्वप्नांइतके दुसरे काही पाहिलेले नाहीच. तरीही मला कुणी स्वप्नाळू म्हणणार नाही; झोपाळू तर नाहीच नाही. या दोन विशेषणांचा वेगवेगळा उल्लेख वास्तवाच्या दृष्टीने आवश्यक आहे. जो झोपलाच तो स्वप्ने काय बघणार? पण हेही विधान तसे अचूक नाही. माझे एक विद्वान कधी न विचारता, पुष्कळदा न विचारता. कारण आपण झोपलो तरी जगाचे व्यवहार चालत असतातच. आपल्या झोपेत स्वप्ने पडली तरी जगाचे व्यवहार चाललेले असतातच. पण ही अर्धसत्ये आहेत. कर्तृत्ववान व्यक्तींच्या स्वप्नांनी जगावर प्रभाव पडत असतो आणि त्या प्रभावाच्या प्रमाणात जग कधी कधी बदलत असते. तेच खुद्द आपल्याबद्दलही म्हणता येईल.

छंद

के. ज. पुरोहित

स्नेही आहेत. त्यांचे आपले संभाषण चालू असता किंवा ते एखादे व्याख्यान ऐकत असता केव्हा झोपी जातील याचा नेम नसतो. ते नुसते गुपचूप झोपत नाहीत; त्यांची झोप लहान असो की मोठी तिला मंद घोरण्याची साथ हमखास असते, त्यांच्या झोपेमुळे काही नुकसानही होत नाही त्यांचे. असे निदान दिसते तरी कारण आपण झोपलो असताना काय झाले असते हे त्यांना कळतच असते. कधी कुणाला विचारून तर आपल्या स्वप्नांचा जगावर जो परिणाम होतो त्यापेक्षा किती तरी अधिक परिणाम आपल्यावर होत असतो. अगदी साधा परिणाम म्हणजे झोपेतून उठल्यावर आपण स्वप्नात काय पाहिले, काय अनुभवले हे सांगण्याची पात्रता येते. "कशी झाली झोप?" या प्रश्नाला "नेहमीसारखीच" असे उत्तर देण्यात कसली आहे मजा? तेच स्वप्नात आपण काय पाहिले हे सांगताना निदान काही वेळासाठी

आपण इतरांचे लक्ष वेधून घेतो. अगदी खास तुमची माणसे झाली तरी रोज रोज, क्षणाक्षणाला तुमच्याकडे लक्ष कशी देतील? क्षणभर का होईना आपण दुसऱ्यांचे लक्ष वेधून घेऊ शकतो. स्वप्नात आपण पाहिलेले त्यांना सांगत असता ते कुतूहलाने, आतुरतेने ऐकत असतात, निदान आपल्याला तसे वाटत असते. हा फायदा तसा लहान नाही. स्वप्नांच्या साहाय्याने आपण इतरांना आपल्यात गुंतवू शकतो हा फायदा मला फार मोलाचा वाटतो. दुसरा फायदा असा की पुष्कळदा आपण आणि कधी कधी इतर देखील आपल्या स्वप्नांचा अर्थ शोधण्याचा प्रयत्न करतात. त्यात वेळ चांगला जातो. वेळ घालवणे माणसाला आवश्यकच असते. हा अतिरिक्त फायदा झाला. मुख्य फायदा असा की स्वप्नांमुळे झोप चांगली येते. पहिल्यांदा झोप आणि नंतर स्वप्न हे मान्य करूनही हे पुन:पुन्हा सांगितले पाहिजे की बालपण संपल्यानंतर आपल्याला गाढ झोप येते ती स्वप्नांमुळेच. ज्यांना स्वप्ने पडत नाहीत त्यांची झोप अर्धवट होते. झोप येत नाही म्हणून ''रामराया, दाशरथी, हे प्रभो'' असे स्वत:शी पुटपुटत ते, कधी कधी सबंध रात्र तळमळत असतात. सकाळी उठतात ते चुरचुरणाऱ्या तांबारलेल्या डोळ्यांनी. अशा माणसांना दुपारी काम करता करता डुलक्या येत असतात आणि ते आपले आणि आपल्या कामाचे हसू करून घेतात. त्यांना जी काय चांगली झोप आली असेल ती त्यांच्या बाळपणातच. अगदी लहान मूल झोपेत हसू लागले की वडिलधारे म्हणतात, ''जिवती हसवतेय''. थोडे मोठे झाल्यावर लहान मूल झोपेतून भ्याल्यासारखे जागे होते तेव्हा सांगण्यात येते, ''छातीवर हात ठेवून झोपू नकोस.'' तेवढे केले की झकास झोप येते. स्वप्ने पडू लागली की मुले गोंधळून मोठ्यांना विचारतात, ''मला झोपेत काय झालं?'' त्यांना सांगण्यात येते, ''अरे स्वप्न पडलं असेल तुला''. स्वप्न म्हणजे काय हे मुलाला पुरेसे कळत नसल्यामुळे तो थेट गाढ झोपतो. पुढे स्वप्न म्हणजे काय हे कळायला लागल्यानंतर, म्हणजे आपल्याला कळायला लागले असे वाटू लागल्यानंतर स्वप्ने पडत जातात आणि झोप येत जाते; झोप येत जाते आणि स्वप्ने पडत जातात.

अर्थात हे सगळे सर्वांच्या बाबतीत निर्विघ्न, निर्दोष असते असे नाही. ज्याला स्वप्नावस्था वा स्वप्नदोष म्हणतात त्या अप्रिय अनुभवातून

पौंगडावस्थेच्या मुलांना कधी कधी जावे लागते. अशा वेळी ती गोंधळतात. शरमिंदी होतात. पण एखादे वेळी येणाऱ्या या अनुभवात गैर काही नाही. विशेषत: वयाने थोडीफार मोठी मंडळी जवळ धीर द्यायला असली तर अपराधीपणाची जाणीव नाहीशी होते. जे नैसर्गिक आहे ते जर प्रमाणाबाहेर नसेल तर अपराधीपणाच्या भावनेला स्थान नाही हे मुलांनाही कळायला लागते. पण येथूनच त्यांचे स्वप्नविषयक कुतूहल वाढत जाते. त्याविषयी समवयस्कांशी ती चर्चा करीत जातात. आमच्या वेळेला हे जरा गुपचूप व्हायचे. आता वातावरण मोकळे झाले आहे. नभोवाणी, दूरदर्शन, नियतकालिके इत्यादी माध्यमांतून त्याविषयी माहिती मिळते, चर्चा होते. हे सर्व स्वागतार्ह आणि उपयुक्त आहे. पण या बाबतीत खरा उपयोग होतो, आकर्षण वाटते ते पुस्तकांचेच. या पुस्तकातील सर्वात प्रभावी पुस्तके आहेत ती फ्रॉईडने प्रस्तुत केलेल्या अबोध मनाविषयी. फ्रॉईडचा सिद्धांत, विशेषत: त्याची स्वप्नमीमांसा काही काळ सर्व वाचकांच्या, लेखकांच्या, कलावंतांच्या मनावर प्रभाव करून गेली, तिथे माझी काय कथा? फ्रॉईडच्या मानसशास्त्रीय मनोविश्लेषणाचा प्रतिवाद करणारी पुस्तकेही मी वाचली. तथापि माणसाचे मन अनेक प्रक्षिप्त बाबींनी भरलेले आहे. एखाद्या अंधाऱ्या तळघरात सर्व प्रकारची घाण साचलेली आहे आणि ही घाण माणसाच्या वागण्यातील विसंगतीला जशी कारणीभूत आहे तसेच त्याच्या साध्या आणि भयंकर अशा दोन्ही प्रकारच्या स्वप्नांनाही. हे निदान आता फार मोठ्या प्रमाणात मान्य झाले आहे. मनोरुग्णांवर उपचार करताना या निदानाचा उपयोगही पुष्कळसा रूढ झालेला आहे. हे सर्व वाचताना मी भारावून गेलो असे म्हणता येणार नाही पण चकित मात्र नक्कीच झालो. या वाचनाचा लेखक वा व्यक्ती म्हणून माझ्यावर झालेला परिणाम मर्यादित आहे. फ्रॉईडने जिच्यावर भर दिलेला आहे ती कामभावना ही तर आदिम प्रवृत्ती आहेच पण तिच्या जोडीला सत्तेची भूक आणि वांशिक संचित यांचाही माणसाच्या जडणघडणीत मोठा वाटा आहे. म्हणजे माणसाच्या स्वप्नांवर त्यांचा परिणाम अटळ आहे. एक मात्र खरे की फ्रॉईडच्या मीमांसेच्या वाचनाने मला जसे ज्ञान मिळाले तसा चावटपणाही आणि काही प्रमाणात आपले ज्ञान मिरवण्याची संधीही. अमक्या अमक्या स्वप्नाचा अर्थ काय आहे हे मी परिचितांना समजावून सांगू

लागलो. अर्थाची ही फोड फ्रॉईडच्या आधाराने करीत असल्यामुळे ती फारच चावट असे. त्यामुळे माझ्या मित्रमंडळीत मी काही दिवस भलताच प्रिय झालो. 'उडणे,' चढणे', 'पडणे' इत्यादी क्रिया किंवा त्यांच्याशी संबंधित प्रसंग कुणाला स्वप्नात दिसले की मी त्यांना त्यांचा लैंगिक अर्थ सांगत असे. माझा हा ज्ञानप्रसाद केव्हा संपला हे आठवत नाही. आता त्या सर्व प्रकारची आठवण झाली की भरपूर हसू मात्र येत असते.

माझ्यासारख्या अशा ज्ञानसंपन्न माणसाची स्वप्नेही सर्वसाधारण, बहुधा सर्वसाधारण असत असे मला वाटते. म्हणजे ज्याला दृष्टांत म्हणतात तो कधी मला झाला नाही. हरिश्चंद्राने स्वप्नात दिलेले आपले वचन पूर्ण करण्याकरिता आपले राज्य देऊन टाकले अशा कथांवर पोसलेला मी. तेव्हा मला दृष्टांत व्हायला काही हरकत नव्हती पण तो झाला नाही हे मात्र खरे. आजतागायत झाला नाही तेव्हा आता यापुढे उरलेल्या थोड्या आयुष्यात तो घडेल असे वाटत नाही. हरिश्चंद्राचे जाऊ दे– ती झाली जुनी गोष्ट. ज्यांना दृष्टांत घडला अशी माणसे, म्हणजे ज्यांना तसे वाटत असे अशी माणसे आणि त्याप्रमाणे वागणारी माणसे मी बघितलेली आहेत. आमच्या चांद्याला एक अवचट नावाचे गृहस्थ एकाएकी पंढरपूरहून येऊन स्थिर झाले. चांद्याला कापडाचे दुकान घालणारे हे गृहस्थ माझ्या मामांचे मित्र होते. मामा मला सांगत, "आपल्या धाब्याला राहाणारे सत्पुरुष कोंडय्या महाराज अवचटांच्या स्वप्नात आले आणि त्यांना त्यांनी चांद्याला आपल्याजवळ बोलावून घेतले." त्याप्रमाणे अवचट आपल्या बायको मुलांना पंढरपुरात सोडून थेट चांद्याला आले. असा हा स्वप्नाचा प्रभाव. पुढे अवचटांनी चांद्याला दुसरा संसार सुरू केला अशी कुजबुज होती. असल्या विषयात लहान मुलांनी डोके घालू नये ही मामांची शिकवण मी शक्य तेवढी पाळली. म्हणजे दोन-चार मित्रांचा अपवाद वगळता त्याविषयी मी फारसा कधी कुणाशी बोललो नाही. आता इतक्या वर्षांनी ती आठवण काढली याचे एकमेव कारण असे की संदर्भच तसा उत्पन्न झाला.

अवचटांसारख्याच आणखी एका दृष्टांतवादी व्यक्तीशी पुढे माझी ओळख झाली. आमचे तत्त्वज्ञानाचे प्राध्यापक आणि पुढे माझे ज्येष्ठ सहकारी झालेले डॉ. चक्रधर धरणीधर देशमुख हेही दृष्टांत प्राप्त

झालेले गृहस्थ होते. 'चक्रधर धरणीधर' हे नावच इतके वेगळे होते की असे नाव असणाऱ्या गृहस्थाला दृष्टांत होणे ही घटना मला साहजिक वाटली. ते मेहेरबाबांचे पट्टशिष्य होते. बाबांच्या प्रभावामुळे ते पार बदलून गेले. आम्हाला दिसला तो बदल असा. मुळात अत्यंत बुद्धिमान असलेले, आपल्या विषयात रस घेऊन शिकवणारे आमचे हे प्राध्यापक इतके मेहेरबाबामय झाले की त्यांचे चांगले शिकवणे वगैरे नाममात्रच उरले. मी त्यांना एकदा विचारले, "तुमची बाबांशी पहिली भेट कुठे झाली?"

त्यांनी उत्तर दिले, "मी लंडनमध्ये शिकत असताना."

"तुम्ही त्यांना भेटायला गेला का?"

या प्रश्नाला त्यांनी उत्तर दिले, "नाही. तेच माझ्या खोलीत आले. ते आलेले फक्त मला दिसले. मला ते आणि त्यांना मी असे एकमेकांना दिसलो. इतर कुणाला दिसणं शक्यच नव्हतं." कारण उघड आहे. तो दृष्टांत होता.

अशा दृष्टांताचा मला अनुभव नाही आणि येणे संभवनीयही नाही. 'तुज स्वप्नि पाहिले गोपाळा' हे गाणे मला आवडते पण तसा अनुभव नाही. प्रेमाची वा भक्तीची स्वप्ने मला पडलेली नाहीत (असे मला वाटते). ज्या चारदोन मुलींशी माझी मैत्री होती, स्नेह होता त्या स्वभावाने इतक्या चांगल्या होत्या की माझ्या स्वप्नात येण्याचा त्रास त्यांनी मला दिला नाही की स्वतः घेतला नाही. तरीही स्वप्ने मी खूप बघितलेली आहेत. त्यांचा उपयोग काय? त्यामुळे दाबलेल्या प्रवृत्तींचा निचरा होतो म्हणतात. ते सर्वांच्या बाबतीत खरे असले तर माझ्याही बाबतीत खरे असणार. जे सर्वांना लागू आहे ते मलाच लागणार नाही असा मी आहे तरी कोण? काही लोकांच्यापेक्षा मी वेगळा कसा? थोडेसे वेगळेपण आहे ते माझ्या लेखक असण्याचे. लेखक म्हणून मला काही स्वप्नांचा उपयोग झाला आहे. तो आपसूक झाला की मी मुद्दाम केला हे मला सांगता येणार नाही.

माझ्या काही कथांतील पुष्कळसे कथाद्रव्य स्वप्नातले आहे. 'भुलावण', 'हे मन', 'सीमा', 'चेटूक', 'जाळे' अशा काही कथा मला या ठिकाणी आठवतात. त्यांच्या नावावरूनही त्यांच्या मूळ प्रवृत्तींची ओळख होऊ शकते. एका कथेचे नाव तर चक्क 'स्वप्न' असेच आहे आणि ती कथा

माझ्या कथांमधील उत्कृष्ट कथांपैकी निश्चितच एक आहे. माझ्या अतिशय गाजलेल्या 'खार', 'चंद्र माझा सखा' इत्यादी कथांतील आभासमय जग उघड उघड स्वप्नसंनिभ आहे. थोडक्यात सांगायचे तर असे म्हणता येईल की त्या कथांत तरलता, सूक्ष्मता वगैरे काय काय समीक्षक म्हणतात ते स्वप्नांतूनच आलेले आहे. माझ्या कथांमध्ये कधी कधी दिसणारी काव्यात्मकता ही स्वप्नांतूनच मला म्हणजे माझ्या या कथांना मिळाली आहे.

हे असे लेखक म्हणून माझ्याच बाबतीत घडले आहे असे नव्हे. जागितक साहित्यात अशी किती तरी उदाहरणे सापडतात. डांटेच्या 'इनफर्नो' पासून तो कोलेरिजच्या 'कुबला खान', 'अेन्शन्ट मॅरिनर', पर्यंतची अनेक उदाहरणे देता येतील. ज्यांना रोमांचवादी, रोमँटिक कवी म्हणतात त्यांच्या काव्यात आणि अगदी त्या मानाने सरळ लिहिणाऱ्या वर्डस्वर्थ, रॉबर्ट फ्रॉस्ट यांच्यासारख्या कवींच्या काव्यात स्वप्नसामग्री भरपूर आहे. पुष्कळदा ती प्रेमाएवढीच मृत्यूशीही संबंधित असते. याचे उत्कृष्ट उदाहरण म्हणून एमिली डिकिन्सिन नावाच्या कवयित्रीच्या 'स्वप्न' या कवितेची आठवण येते. या कवितेतल्या नायिकेला तिचा प्रियकर म्हणजे मृत्यू घोड्यांच्या गाडीतून एखाद्या राजपुत्राने राजकन्येला घेऊन जावे तसा घेऊन जातो या स्वप्नाचे वर्णन आहे. ही लहानशी कविता अतिशय हृद्य आहे. स्वप्नाचा उपयोग फक्त कवितेलाच होतो; कवितेचे मखर स्वप्नाला आवश्यकच आहे असे समजण्याचे कारण नाही. गद्याच्या चौकटीत स्वप्ने पकडणाऱ्या कादंबऱ्याही आहेत. जॉईस, व्हर्जिनिया वूल्फ किंवा फॉकनर यांच्या कांदबऱ्या याच प्रकारातल्या. आपल्याकडील एस. डी. इनामदार, जी.ए. कुळकर्णीसारख्या कथाकारांना स्वप्नांचा चांगला उपयोग झाला आहे. ताजे उदाहरण द्यायचे तर भारत सासणे यांच्या 'राहीच्या स्वप्नांचा उलगडा' या कादंबरीचे देता येईल. सामान्यत: स्वप्नांचा आधार घेणाऱ्या कविता, कथा, कादंबऱ्या गंभीर असतात हे खरेही आहे. परंतु 'वॉल्टर मिट्टीचे खासगी आयुष्य' या अमेरिकन स्वप्नकथेने आणि चित्रपटाने विनोदाची धमाल उडवून दिल्याचेही उदाहरण आहेच. 'कुछ हसी, ख्वाब और कुछ आसू । उम्रभर की यही कमाई है ।'' या एका उर्दू कवीच्या ओळी येथे आठवतात. हास्य, स्वप्न आणि अश्रू यांचे जे प्रमाण एखाद्याच्या

जीवनानुभावात असेल त्या प्रमाणात हे घटक साहित्यात उतरण्याचा संभव आहे. 'संभव आहे' असे मोघम विधानच येथे करता येईल, निदान स्वप्नांच्या बाबतीत तरी. स्वप्नांबद्दल निश्चित बोलायचे तर आपल्याला प्रति फ्रॉईड किंवा प्रति युंगच व्हावे लागेल.

स्वप्नांच्या बाबतीत सर्वांत मोठी अडचण अशी की ती फारशी लक्षात राहात नाहीत, तसे ते बरेच आहे म्हणतात. स्वप्नांचे फार मोठे ओझे बाळगणे आरोग्याला चांगले नाही असे ऐकले आहे. खरे-खोटे कोण जाणे! खरे एवढेच की ती फारशी लक्षात राहात नाहीत. यावर एक-दोन उपाय आहेत. जेवढी आठवतील तेवढ्या स्वप्नांची नोंद ठेवणे. काही लेखकांनी आपल्या स्वप्नांची म्हणजे त्यांना पडलेल्या स्वप्नांची तपशीलवार नोंद करून ठेवली आहे. अशा नोंदीच्या डायऱ्या जर जाणत्या समीक्षकाच्या हाती पडल्या तर त्या लेखकांच्या सर्जनक्रियेवर चांगला प्रकाश पडू शकतो. अर्थात नोंदवलेल्या नोंदी व्यवस्थित असल्या तरच; म्हणजे नोंदी ठेवणाऱ्या लेखकांच्या आठवणी पक्क्या आणि विश्वासार्ह असल्या तरच. माझा माझ्या स्वत:च्या स्मृतीवर एवढा भरवसा नाही. म्हणून मी माझ्या स्वप्नांच्या नोंदी ठेवल्या नाहीत. हे एक कारण. दुसरे, जो माणूस त्याला सुचलेल्या कथानकांचीच नोंद ठेवीत नाही तो स्वप्नांची नोंद कशी ठेवणार? दोन्ही बाबतीत मी एक युक्ती करतो. मला पडलेले स्वप्न अथवा सुचलेले कथानक मी माझ्या पत्नीला सांगून मोकळा होतो. माझी स्वप्ने ऐकून माझी पत्नी म्हणते, "तुम्ही स्वप्ने रचता". हे वाक्य तिने माझ्या कथांविषयी म्हटले असते तर चालले असते पण येथे चालणे न चालण्याचा प्रश्नच कुठे येतो? रचलेली असोत की पडलेली असोत काही चार-पाच स्वप्ने माझ्या पक्की लक्षात राहिलेली आहेत. ती सांगण्यासारखी आहेत असे मला वाटते.

पहिले स्वप्न क्रिकेटसंबंधी आहे. ते मी प्रसिद्ध क्रिकेटपटू विजय हजारे यांना मॉरिशसमध्ये सांगितले, त्यांची माझी पूर्वीची ओझरती ओळख होती. मॉरिशसला आम्ही जवळ जवळ असलेल्या खोल्यांत उतरल्यामुळे ही ओळख वाढली. माझे स्वप्न ऐकून कधी फारसे जोरात न हसणाऱ्या विजय हजारेंना हसू आवरेना. सुनील गावसकरपेक्षा अधिक शतके मी काढल्याबद्दल तो खट्टू झाला आणि आपण एक-दोन

वर्षे अगोदरच खेळातून निवृत्त झाल्याबद्दल अश्रू गाळू लागला असे ते स्वप्न होते.

दुसरेही स्वप्न क्रिकेटसंबंधीच आहे. मी भराभर शतकांचे इमले उभारीत असल्यामुळे सचिन तेंडूलकरच्या तोंडचे पाणी पळाले. सचिन बरीच वर्षे आमच्याच वस्तीत राहात असल्यामुळे आणि आम्ही त्याला लहानपणापासून बघत असल्यामुळे त्याचा विक्रम मी मोडत असताना मलाही अस्वस्थता वाटत होती. पण खेळात दयामाया दाखवून चालत नाही अशी माझी भूमिका असल्याचे सचिनच्या कानावर गेले. तो तडक धावत माझ्याकडे आला आणि काकुळतीनं म्हणाला, "काका, मला वाचवा." लहान मुलासारखा त्याचा रडवेला चेहरा बघून मला वाईट वाटले आणि आपल्या हातून चुकून का होईना त्याचा विक्रम मोडला जाऊ नये म्हणून क्रिकेट खेळणे मी सोडून दिले.

तिसऱ्या स्वप्नाचा संबंध नाटकाशी आहे. एक दिवस मला सत्यदेव दुब्यांचा अगदी सकाळी फोन आला "मला तुमची दहा मिनिटांसाठी भेट हवी आहे." मी दुब्यांना फोनवर संगितले, "सत्यदेव, काय ते फोनवरच सांगा. तुम्ही माझे जुने स्नेही असूनही मी तुम्हाला वेळ देऊ शकत नाही. आता हेच बघा. तासाभराने मला दादरला शिवाजी मंदिरात जायचे आहे. तिथला प्रयोग संपताच मला पार्ल्याला जाऊन 'दीनानाथ' मध्ये दुसरे नाटक करायचे आहे. त्यानंतर लगेच मला पुण्याला जाऊन 'बालगंधर्व' मध्ये तिसरे नाटक आटपले पाहिजे. हो, धावपळ तर आहेच. पण रसिकांसाठी करायलाच लागते. पुण्याला जायला हेलिकॉप्टर मिळालं तर बरं. त्या खटपटीत आहे. तेव्हा तुम्हाला भेट? काय? डॉ. श्रीराम लागूंना घेऊन येताहात. ते माझे अत्यंत आवडते नट. बरं या. पण पाचच मिनिटे."

त्याप्रमाणे लागू आले. त्यांचा चेहरा पार उतरलेला. माझ्यामुळे लांगूना कामे मिळणं कठीण होत होते तेव्हा मी काही करू शकलो तर? त्यांच्या विनवण्या ऐकल्यावर मी म्हणालो, "बरं, तुम्हाला म्हातारपणात अपयश येऊ नये म्हणून मी नाटकात कामे करणार नाही. एका अटीवर. 'जडणघडण' हे तुमचे आत्मचरित्र तुम्ही मध्येच थांबवले; ते लिहिणे पुन्हा सुरू करणार असाल तरच मी नाटकांतून तुमच्यासाठी बाहेर पडेन." सद्‌गदित होत लागूंनी माझे म्हणणे मान्य केले. हे सगळे

बोलणे चालू असताना डॉ. लागूंचे भाव मुळीच नाटकी नव्हते; अस्सल होते. शेवटी काय माणसाला अस्सल अनुभव मिळाला पाहिजे.

तरुणपणी मी सुमार का होईना क्रिकेट खेळलो आहे. नाटकात बऱ्यापैकी कामे केली आहेत; केवळ बऱ्यापैकीच. तेव्हा वरील स्वप्नांचा अर्थ कळण्यासारखा आहे. पण पुढचे स्वप्न? ते सांगण्यापूर्वी थोडा पूर्वइतिहास सांगतो. कुसुम, प्रभा, तारा, सिंधू, कुमुद यांच्याशी तरुणपणी माझी मैत्री होती. स्नेह होता. हे त्यांना सर्वांना माहीत होते. शेवटी प्रभाने बाजी जिंकली. इतरांचेही भले झाले. त्या आपापल्या घरी गेल्या. कोण कुठे गेली हे काहीसे कळले. पूर्ण कळायची गरजही उरली नाही. आणि आता? त्या या जगात नाहीत. त्या असताना मी त्यांचे भले चिंतिले. माझेही उत्तम चालले यात त्यांच्या सद्भावना निश्चितच असाव्यात. मग मला ते स्वप्न का पडले?

स्वप्न असे– पुण्याच्या माझ्या घरातून मी भल्या पहाटे घराबाहेर पडलो. (हे घर खरंच आहे) अजून धड दिसतही नव्हते. बायको म्हणाली, "या वेळी कसलं तुमचं फिरणं? अजून अंधार आहे."

मी म्हणालो, "मग गर्दी वाढते". घरातून सटकलो तो जणू धावतच मी ताराच्या मुलीच्या घराच्या पिछाडीला पोहोचलो. ते ताराच्या मुलीचे घर आहे हे मला कालच अचानक कळले होते. काचेच्या भिंती असलेले ते शोभिवंत घर. हातात मी भला मोठा दगड घेतला आणि त्या काचांवर भिरकावला; पुन्हा एक दगड भिरकावला. काचा फुटल्याचा खळकन् आवाज आणि 'अगं आई गं, काच माझ्या गालात रुतली. रक्त वाहतंय. आई गं" अशी किंकाळी. मी समाधानाने घरी परतलो. हे स्वप्न मला का पडलं? कळेना. माझ्या मुंबईच्या घराशेजारी ताराचे एक नातेवाईक राहात; माझ्या चांगल्या ओळखीचे होते. मी त्यांना विचारले, "ताराची मुलगी पुण्याला असते का?"

ते म्हणाले, "तिला फक्त दोन मुलगे, ही मुलगी कुठून आणली तुम्ही?"

मी म्हणालो, "हुबेहुब तिच्यासारखी मुलगी दिसली मला पुण्यात."

ते म्हणाले, "भास. केवळ भास. होतात कधी कधी. काय तुम्ही? तिला भेटू, बायकोसह भेटू असं अनेकदा म्हणालात. आता काय ती नाहीच."

हे स्वप्न, त्याचा अर्थ, जो फारसा चांगला नसावा असा अर्थ, सगळेच गूढ आणि क्लेशदायक आहे.

आठवणीत राहिलेली अशी स्वप्ने सोडली तर मला नेहमीच इतर स्वप्ने पडत असतात. त्यात पर्वत असतात, हिरवीगार कुरणे असतात, झुळझुळ वाहणारे निर्झर असतात आणि सुबक, बहुविध आकारांची घरे असतात. सारे कसे शांत, शीतल, प्रसन्न.

काय खरे, काय खोटे कळत नाही. एवढे मात्र पक्के की आपण आहोत तोवर, तोवरच स्वप्ने असतात. पुढे काही नाही. मागेपुढे असे काही नसते. असते ती सदा जिवंत असणारी नानारंगी बहुरूपी सृष्टी.

सांगता सांगता एक स्वप्न सांगायचे राहिलेच. माझ्या एका स्वप्नात मी देशाचा पंतप्रधान झालो आणि दोन दिवसातच राजीनामा देऊन मोकळा झालो. का म्हणाल तर कडक बंदोबस्त! साधे पान खाऊन कुठेही पिचकारी टाकायचे पण स्वातंत्र्य नाही. लोकांना हुकूम द्यायचे, मार्गदर्शन करायचे तेही नियमाला अगदी धरून. वैतागून मी राजीनामा दिला. त्या वेळी एक करायचे भानही त्या वैतागामुळे राहिले नाही. मी पंतप्रधान असताना एका गायिकेने माझ्या कथांना चाली देण्याबाबत माझी परवानगी मागितली होती. ती द्यायला मी विसरलो. माझे पंतप्रधानपद गेल्यामुळे आता कशाला ती मागणार माझी परवानगी? बरंच आहे. लोकांनी माझ्या कथा वाचाव्या, चालीबिली लावू नये, त्यांचे प्रयोग करू नये, नुसत्या वाचाव्या. ही स्वप्ने बघायला मला मोकळीक आहे दुपारी. रात्री आहेतच हिरवी स्वप्ने.

◆

थोडेसे माझेही...

प्रभा पुरोहित

आपण स्वप्नं पाहतो का? मला नाही वाटत. स्वप्न पडतात आपल्याला. 'स्वप्न पाहणं', 'स्वप्न उराशी बाळगणं' ह्यांना वेगळाच अर्थ आहे. 'स्वप्न पाहणं' ह्याची मर्यादा विस्तृत आहे. जसं महात्मा गांधीनी भारताच्या रामराज्याचं स्वप्न पाहणं.

रवींद्रनाथ टागोरांनी आपल्या कवितेतून व्यक्त केलेलं स्वतंत्र भारताविषयीचं स्वप्न! ते ईश्वरापाशी प्रार्थना करतात, ''अशा स्वतंत्र भारतात मला जाग येऊ दे, जिथे जन्मानं उत्पन्न केलेले जातिभेद नाहीत. संपत्तीनं उत्पन्न केलेले उच्च-नीच भेद नाहीत. जिथे मी ताठ मानेनं आणि कणखर मनानं जगू शकेन.'' हे विशाल स्वप्न!

एखादं स्वप्न एखाद्यानं उराशी बाळगून ते खरं करण्यासाठी धडपडणं, हे व्यक्तिगत स्वप्न. ह्याहून 'स्वप्न पडणं' हे वेगळंच. जागृती आणि सुषुप्ति ह्यामधील स्वप्नावस्था. ह्या अवस्थेत पडणाऱ्या स्वप्नांवर आपला काही ताबा असतो का? झोपेत आपला स्वत:वर तरी ताबा असतो का? ही मनाची प्रक्रिया. पण मन तरी कुणी पाहिलंय? ते फक्त जाणवतं. तशीच स्वप्नं. आपण म्हणतो, स्वप्न पाहिलं, पण झाकल्या डोळ्यांनी स्वप्न कसं बघणार? स्वप्नं पडतात हेच खरं.

कधी कधी तर स्वप्नं अक्षरश: झडप घालतात, झपाटतात, भीतीनं जीव गुदमरतो. आपण ओरडायचा प्रयत्न करतो. शब्द बाहेर फुटत नाहीत. काहीतरी आवाज उमटतात. कुणीतरी आपल्याला उठवतं किंवा आपणच धपापत उठतो. गुदमरलेला जीव मोकळा होतो. असं एखादं स्वप्न माझा पिच्छाच सोडत नाही. काही दिवस तरी मनावर त्याचाच अंमल असतो. सारखा मनात विचार असतो, ''असं स्वप्न पडावंच का? अर्थाअर्थी आपल्या जीवनाशी ज्याचा काही संबंध नाही असं हे

स्वप्न का पडावं?'' मनाचा खेळ काही दिवस सुरूच असतो, काही दिवसच...

अशी स्वप्नं मला पडलेली असली तरी एवढं खरं की इतरांच्या मानाने मला स्वप्नं फार कमी पडतात. आणि क्वचित पडली तरी मला नीट आठवत नाहीत. क्रमवार सांगता तर मुळीच येत नाहीत.

एम.ए.ला माझा तत्त्वज्ञान हा विषय होता. आणि आम्हाला एक पेपर मानसशास्त्राचा असायचा. तेव्हा स्वप्नांबद्दल बरंच वाचलं होतं. त्याला आता पन्नासाहून अधिक वर्षे झालीत. थोडं थोडं आठवतं. स्वप्नांचे प्रकार. त्यातील प्रतीकं, त्या प्रतीकांचं विश्लेषण, त्यांचे अन्वयार्थ, सुप्त मनाचे खेळ वगैरे. मला पडलेल्या स्वप्नांच्यासंबंधी हा 'खेळ' मी कधी खेळले नाही. फ्रॉईड, युंग ह्यांचा थोडाफार परिचय असूनसुद्धा. मनाचं गढू उकलणं सोपं का आहे? अंधाऱ्या गुहेत काळ्या मांजराचा शोध घेणंच ते. मला पडणारी स्वप्नं सर्वसामान्यांना पडणाऱ्या स्वप्नांपेक्षा वेगळी असतील असं मला वाटत नाही.

एक सामान्यत: मला पडणारं स्वप्न... आपण संडासात गेलो आहोत अन् दार लावायचं राहून गेलंय. मग धडपडून उठणं, तशातच जाग येणं, हे स्वप्न होतं हे लक्षात आलं की हायसं वाटणं.

असंच दुसरं स्वप्न नेहमी पडणारं. आपण न्हाणीघरात आंघोळीला गेलो आहोत. स्नान झालेलं अन् लक्षात येतं, आपण कपडेच आणलेले नाहीत. पण ते स्वप्नच असल्यामुळे फजिती होत नाही इतकंच.

परीक्षेचं स्वप्न तर वारंवार पडत असतं. आपण परीक्षेच्या हॉलमध्ये बसलो आहोत. पुढ्यात उत्तरपत्रिका, हातात प्रश्नपत्रिका आहे. पण पेपर लिहायला पेन कुठे आहे? काय करावं ह्या काळजीतच जाग येते. आता परीक्षा देऊन कितीतरी काळ लोटला आहे. पण ही परीक्षेची स्वप्नं पाठ सोडत नाहीत. मी मॅट्रिकला होते त्यावेळी मला पहिला वर्ग मिळेल (त्याकाळी तो मिळणं बरंच कठीण होतं) अशी सगळ्यांची, माझ्या शिक्षकांचीदेखील अपेक्षा होती. पण त्यावेळी मी नापास झाले, सगळ्यांची मी निराशा केली असंच स्वप्न मला पडायचं. ज्यावेळी प्रत्यक्षात मी सर्वांची अपेक्षा पूर्ण केली, स्वप्न खोटं ठरलं, तेव्हा मला खरोखरच जो आनंद झाला तो सांगताच येणार नाही. अशी नापास करणारी स्वप्नं मला अजूनही पडत असतात. परीक्षा वेगवेगळ्या असतात. आय.ए.एस.,

आय.एफ.एस. वगैरे. ही स्वप्नं आता दिवसेंदिवस कमी होत आहेत हे मात्र खरं.

अशी स्वप्नं सर्वांनाच पडत असतील असा माझा समज आहे. काही सूचक स्वप्नंही मला पडली असतील असं मला वाटत नाही. 'अमुक एक मला स्वप्नात दिसलं अन् ते खरं झालं' असा अनुभव आल्याचं मला आठवत नाही. तशा थापा मला मारता आल्या नसत्याच असं काही नाही. पण अशा गोष्टींवर माझा विश्वासच नाही. मग अशी स्वप्नं मला पडणार तरी कशी? 'देवीनं किंवा देवानं मला स्वप्नात दृष्टांत दिला' किंवा 'कोणी बाबानं मला असं असं करायला सांगितलं' ह्या मला भाकड कथा वाटतात. आपल्या मनासारखं काही करून घ्यायचं असेल तर स्वप्नांचा देव स्वप्नात येऊन दृष्टांत देण्याचा दाखला द्यावा, अशीही गरज कोणाला वाटत असेल, वाटू शकेल. म्हणून त्यांना तशी स्वप्नं पडतही असतील. मला तशी आवश्यकता कधी वाटलीच नाही.

कधी कधी स्वप्नं खूप समाधान देऊन जातात. ज्या गोष्टी आपण प्रत्यक्षात करू शकत नाही, त्या आपण स्वप्नात करू शकतो. माझ्या दोन्ही गुडघ्यावर शस्त्रक्रिया झालेली आहे. मला खाली बसता येत नाही. भारतीय पद्धतीचा संडास मी सहज वापरू शकत नाही. पण स्वप्नात मी तो वापरलेला आहे. अशावेळी मला खूप आनंद होतो. मी नीट मांडी घालून बसू शकत नाही. जेव्हा एखाद्या गाण्याच्या मैफलीत, भारतीय बैठकीवर मी मांडी घालून बसलेली असते, मैफलीत रंगून जाते, असं स्वप्नं मला पडतं तेव्हा ते संपूच नये असं मला वाटतं. पण स्वप्नच ते. जागेपणी जे जमत नाही ते स्वप्नात केलेलं असलं तरी बरं वाटतं हे मात्र खरं.

आपली गेलेली माणसं स्वप्नात भेटतात तेव्हाही खूप समाधान वाटतं. कधी असं स्वप्न पडलं तर ते मला नीट आठवतं. मग मी ह्यांना सांगते, "अहो, मला आज तुमचा मित्र (माझा भाऊ भालचंद्र) स्वप्नात दिसला होता. तुम्हाला इतकी स्वप्नं पडतात. तुम्हाला दिसतात का हो तुमचे आई-वडील किंवा कुणी आप्त वगैरे स्वप्नात?"

"मला अशी स्वप्नं पडत नाहीत" हे ह्यांचं उत्तर. तसे हे स्वप्नं पाहण्यात बहादूर. पण माझ्यासारखी स्वप्नं ह्यांना पडणार तरी कशी?

ह्यांचे आई-वडील ह्यांच्या बालपणातच वारले. ते त्यांना आठवतसुद्धा नाहीत, ते ह्यांच्या स्वप्नात कसे येणार? आई-वडीलच स्वप्नात येऊ शकत नाहीत तर इतरांची कशी शक्यता असणार?

मी तर मोठ्या कुटुंबातली. गोकुळातलीच म्हणा हवं तर. आम्ही सात भावंडं होतो. मी शेवटहून दुसरी. चार भाऊ आणि आम्ही तीन बहिणी. एक माझ्याहून मोठी, बरीच मोठी. दुसरी धाकटी म्हणजे माझ्या पाठचीच. आता सर्व भावंडं गेली. मी एकटीच राहिली आहे. माझी धाकटी बहीण गेली तेव्हा फारच वाईट वाटलं. आपल्या हातात काहीच नसतं. त्यांना स्वप्नात बघणं तेवढचं उरलं आहे. कधी कधी विशेषत: आनंदाच्या प्रसंगी सर्वांची खूप आठवण येते. असं वाटतं, कौतुक करायला कोणीच उरलं नाही. आपणच– आतापर्यंत लहान असलेलो– मोठे होऊन बसलो. जेव्हा आई-वडील, बहीण-भाऊ ह्यांपैकी कोणीतरी, कधीतरी स्वप्नात भेटून जातं तेव्हा जे वाटतं ते सांगता येत नाही. नसण्याची खंत थोडीतरी दूर होते. क्षणिक का होईना थोडंसं समाधान मिळतं.

काही स्वप्नं त्रासदायकही असतात. आता जवळ जवळ पंचेचाळीस वर्षे मी गाडी चालवते आहे. गाडी चालवणं मला कधी त्रासदायक वाटलं नाही. पण स्वप्नात ते मला का त्रास देतं कळत नाही. मी गाडी चालवते आहे. गाडी चढावावर आहे. गाडी पुढे जातच नाही. ॲक्सिलरेटर कितीही दाबा काहीच परिणाम नाही. नशीब ती मागे जात नाही. एका जागी खिळून आहे. खूप श्रम होतात. पाय दुखायला लागतो. जाग येते. स्वप्नच होतं ते लक्षात येतं, पण पाय मात्र खरोखरच दुखत असतो. हे कसं घडतं कळत नाही. कधी कधी गाडीचा ब्रेकच लागत नाही. गाडी वाकडी तिकडी जात असते. माझ्या पायाला क्लचही सापडत नाही. अपघात टाळता टाळता मी घामाघूम होते आणि जागी होते. खरोखरच मी घामानं चिंब झालेली असते. हे कसे, का ते कळत नाही.

कधी कधी मला स्वप्नं पडतं की मी खूप भटकते आहे. माध्यान्हीची वेळ आहे. ऊन तापत आहे. मला तापवतं आहे. चटके बसताहेत उन्हाचे. कुठेही सावली नाही. मी चालते आहे. चालतेच आहे. उन्हाचा ताप असह्य होतो, अंग होरपळतं अन् मी जागी होते. अंग अजूनही

तापलेलं आहे. मी विचार करते असं स्वप्न का पडावं? असला ताप तर मी फारसा अनुभवलेलाही नाही, मग तो स्वप्नात वारंवार का जाणवावा? आपलं मन सूक्ष्म देह धारण करून खरंच फिरतं का? किती त्याचा वेग? किती किती त्याचं भटकणं? सार्थ की निरर्थक? पण सूक्ष्म देह म्हणजे तरी काय? खरं म्हणजे ही कल्पनाच खरी की खोटी? विचार करता करताच अंग निवतं अन् मी विचार करणं सोडून देते. सूक्ष्म काय, जड काय शेवटी शरीरच... आपलं शरीरच खरं.

मला अधून मधून पण नेहमी पडणारं एक स्वप्न. हे स्वप्न मला वारंवार का पडतं कोण जाणे! लहानपणी ते मला पडत होतं की नाही सांगता येत नाही. चंद्रपूरसारख्या जंगलांनी वेढलेल्या गावात माझं बालपण गेल्यामुळे हिरवळ, वनश्री ही माझ्या मनात रुजलेली असावी. तरुणपणी शिक्षणासाठी मी नागपूरला आले. माझं एल.ए.डी. कॉलेज सेमेनरी हिल्स ह्या उंच टेकडीवर होतं. कॉलेजच्या भोवती जंगलच होतं. रोज हिरव्या वनराईतून मी कॉलेजला जायची. ह्या जंगलातल्या पायवाटेनं मी कित्येकदा केशवला भेटायला त्याच्या धंतोलीतल्या छोट्या खोलीवर गेलेली आहे. त्याचा तर ह्या स्वप्नाशी नाजूक बंध नसेल?

काहीही असो. पुष्कळदा हे स्वप्न मला पडतं म्हणून मला ते अगदी स्पष्ट आठवतं. मी फिरायला निघाले आहे. हिरव्या हिरव्या कुरणातून पायवाट गेलेली आहे. मधून मधून गर्द झाडी लागते. वाऱ्याच्या झुळका येतात. मृदू गंध येतो फुलांचा. फुलं दिसत नाहीत पण जाणवतात. मी चालतेच आहे. पण थकत नाही. असं वाटतं, ही वाट संपणार नाही, संपूच नये. मग मी एका कड्याच्या टोकाशी येते. गारवा जाणवतो आल्हाददायक. ऊन आहे कोवळं, लुसलुशीत, चटके नाहीत. कड्याशी येऊन वाट संपते. मी पुढे बघते तर कोरीव लेणी. खूप सुंदर आकृत्या. स्पष्टपणे दिसत नाहीत. ओळखता येत नाहीत पण सौंदर्य कळते. मी पुढे झूकून बघायला जाते, तोल जाईल की काय, पाय घसरणार तर नाहीत असं वाटतं. पायाला एकदम झटका बसतो. तो खराच असतो. अन् मला जाग येते. हे स्वप्न तुटलं ह्याचं मला वाईट वाटलं तरी त्याचा सुखद अंमल दिवसभर असतो.

पूर्वी हे स्वप्न मला वारंवार पडत असे. आता बरेच दिवसात... वर्षात... हे हवंसं वाटणारं, पोपटी, हिरवं स्वप्न मला पडलेलं नाही.

का? पूर्वी मी खूप चालत असे. नागपूरला सीताबर्डीवरच्या घरापासून तो लॉ कॉलेजपर्यंतचं लांब अंतर मला फारसं दूर वाटत नसे. पण आता हा विचारही जड वाटतो. वय वाढलं, पाय थकले, चालणं कामापुरतं उरलं, फिरणं होत नाही म्हणून की काय ह्या स्वप्नाची साथ सुटत चालली आहे? तसंही असेल कदाचित.

मग आता मला दुसरं कसलं स्वप्न पडणार आहे? मी खूप खूप चालले आहे. थोडा थोडा थकवा जाणवू लागला आहे. फिरत फिरत मी समुद्रकिनाऱ्यावर आले आहे. पायाखाली मृदू, मुलायम वाळू आहे. तिचा ओला स्पर्श सुखदायी आहे. वाळू पायाखालून थोडी थोडी झरते आहे, पायाला हळुवार गुदगुल्या करीत. गार वारा आहे. प्रकाश सावळा झालेला आहे. सूर्यबिंब खाली खाली जात आहे. समुद्राच्या लाटा त्याला कुशीत घ्यायला उंच उंच झेपावत आहेत.

असं स्वप्न आता मला पडणार असेल का? पण अजून तरी माझ्या कल्पनेतलं हे स्वप्न मला पडलेलं नाही. म्हणजे मी ते तयार करीत आहे, झोपेच्या ओटीत घालायला.

◆

सृजन

वसुधा वाघ

३१ डिसेंबरची रात्र होती. नववर्षाची वेस्ट एन्डमधील न्यू इयर पार्टी. माझ्या मैत्रिणी शेल्डन, मार्था, रुना इंग्रजी गाण्यांच्या नादलहरींवर बॉलडान्स करत होत्या, रंगीबेरंगी कपड्यांनी सजलेल्या त्या पऱ्याच जणू माझ्याभोवती फेर धरत होत्या. त्या गाण्याच्या ओळी माझ्या मनावर मोरपीस फिरवत होत्या. त्या धुंद लहरीत तरंगतच आम्ही होस्टेलवर परत आलो. मनात गाणं गुणगुणलंच जात होतं. ताल धरत होतं. 'के सेरा सेरा, व्हॉट विल बी, विल बी.' 'मी कोण होणार? मी श्रीमंत होणार का? कीर्तिवान होणार का? माझा जोडीदार कसा असेल? तो मला कसा मिळेल? के सेरा, सेरा' झोप यायलाच तयार नव्हती. डोळे मिटायला तयार नव्हते. हिरव्यागार झाडांच्या निळ्याशार आकाशाच्या लाल वळत गेलेल्या रस्त्यावरून गाडीतून लांब लांब जाणारी रिबेका– ती नागमोडी वळणाची, हिरव्यागार गवतातील पाऊलवाट आणि तिच्याबरोबर असणारा तिचा तो जिवाभावाचा मित्र. जरी रिबेका पहिल्यांदाच त्या रस्त्याने चालली असली तरी तिला मात्र वाटत असतं हे सगळं मी आधीच पाहिलंय. हे सगळं माझ्या पूर्व ओळखीचं आहे आणि त्या रस्त्यातच मी गुंग झाले. डोळा कधी लागला कळलंच नाही.

पहाटे एकदम दचकून उठले. चार-साडेचार वाजले होते. स्वप्नात एक सुंदर वाडा मला खुणावत होता. तो जवळजवळ तीनशे वर्षांपूर्वीचा जुना चिरेबंदी वाडा होता. वाड्याला मोठं दार होतं. बाजूच्या भिंती खूप उंच. हत्ती आत जाईल एवढा दिंडी दरवाजा. त्या दरवाजातून मी आत गेले. मध्ये एक मोठा चौकोन होता. देवडी होती. परत एक मोठं दार होतं, त्या दारातून मी आत गेले. एक अंगणं होतं. समोर पायऱ्या होत्या. वर पडवी होती. तिथं एक

मध्यमवयीन सुंदर नीट नऊवारी साडीतल्या बाई नक्की– आईच असणार– त्या उभ्या होत्या. त्या मला विचारत होत्या नाक टोचलेलं आहेस का? तुला नथ घालावी लागेल. ओसरीवर जुने फोटो होते. माजघर, स्वयंपाकघर, बाळंतिणीची खोली, कोठीघर, परत मोठ्या प्रमाणात स्वयंपाक करण्याकरता खूप मोठं स्वयंपाकघर. बाजूलाच पूजाघर, त्यामध्ये रंगीत फुलांनी नटलेले सिद्धिविनायक हसत उभे होते. मागील दारी तुळशीवृंदावन, परत एक पडवी, अंगण, चिंच, शमी यांची खूप मोठी विस्तारलेली डौलदार झाडं, फुललेले मंदार, जास्वंद, पारिजातक, पहिल्या मजल्यावर माडी, भिंतीतले जिने अन् मी त्या घरात हरवून गेले. असं हे घर मी आधी कधीच पाहिलं नव्हतं. गावातला गणपती अन् एक खूप मोठं हॉस्पिटल दिसलं.

लहानपणी कळायला लागल्यापासून मला स्वप्नात कायम एक परी दिसायची. ती फुलराणीकडे खेळायला न्यायची. अथांग सागर, ॲमेझॉनचे खोरे– चांदोबा असं खूप काहीबाही दिसायचं पण घर असं आजच पहिल्यांदा दिसलं. अनिता, नलू, मार्था, एलिझा चिडवत होत्या तू ना रिबेकासारख्या कादंबऱ्या वाचतेस आणि के सेरा सेरासारखी गाणी मनात घोळवतेस, तेच तुला दिसतं. घर इतकं जुनं आणि हॉस्पिटल– अगं आपलंच बॉम्बे हॉस्पिटल पाहिलं असशील. विसरून जा ते सगळं. मनी वसे ते स्वप्नि दिसे. 'पण बघ हो' पुढच्या न्यू इयरपर्यंत होशील नाहीतर इनामदारीण बाई, म्हणून चिडवू लागल्या. 'छे गं माझं आडनाव इनामदार नक्कीच नाही.' मी ज्योतिषी थाटात सांगितलं. काही दिवस गेले. पुन: तेच स्वप्न, तोच वाडा, तोच गणपती. पुढे वर्षानंतर डॉ. वाघांशी माझं लग्न ठरलं आणि सासूबाईंनी पहिला प्रश्न विचारला होता, 'तुझं नाक टोचलं आहे का गं? नाहीतर टोचून घे. सणावारी नथ घालावीच लागेल.' माझ्या लग्नानंतर मी पहिल्यांदा मोरगावला आमच्या घरी गेले. तो तोच स्वप्नातला चिरेबंदी वाडा, तीच बांधणी, तेच घर आणि त्याच सासूबाई.

माझ्याकडे ज्योतिष विचारायला आदित्य यायचा. तो वारंवार सांगायचा की ताई मी रोज स्वप्नात जंगल बघतो. खूप बर्फ पडलंय. रक्त गोठवून टाकणारी थंडी आहे. हिरे, माणकं विखुरलेलं आकाश आहे. धनुष्यबाण घेऊन हिंडणारी रानटी माणसं माझ्यामागे लागली

आहेत आणि मी मात्र 'भीमरूपी' म्हणत पळतो आहे. आदित्य सैन्यात होता. नुकताच पास होऊन त्याचं पोस्टिंग पुण्याला झालं होतं. मी त्याचे ग्रह बघितले. मंगळ, बुध, मनाचा कारक चंद्र आणि नेपच्यून हे स्वप्नकारक ग्रह. ते जर शुभसंबंधात असतील तर सूचक स्वप्नं पडतात. याचा शुक्राशी शुभयोग झाला तर प्रणय, प्रेमविवाह, आनंद अशी स्वप्ने पडतात. चंद्र गुरू, चंद्र नेपच्यून, चंद्र हर्षल युती शुभसूचक स्वप्नं दर्शविते. या ग्रहांबरोबर हर्षल असेल तर विचित्र, धाडसी स्वप्नं पडतात. मारामारी, रक्तपात वगैरे स्वप्नं मंगळ दर्शवितो. आदित्यचं स्वप्न खरं होणार होतं. सूचक होतं. काही दिवसांनी भारत-चीन युद्धात बर्फातून, जंगलातून, दऱ्याखोऱ्यातून सतत बारा दिवस चालत आकाश व पृथ्वीच्या सोबतीनं तो सुखरूप परत आला.

ज्योतिषशास्त्राप्रमाणे सकाळी पहाटे पडणारी स्वप्नं फार चांगली. स्वप्नं पाहिल्याचा आनंद झाला, ती स्वप्नं जर मनात रेंगाळत राहिली तर ती शुभ आणि जर काळजी वाटली, भीती वाटली, मन उदास झालं तर अशुभ. लहानपणी आजी सांगायची तुळईखाली झोपू नकोस. चोर आलेत, भिंत कोसळते आहे, पूर वादळ येतंय असं स्वप्न पडेल. घाबरशील.

कॅलिफोर्नियाचे पटेल हे हिंदुस्थानात आले की माझ्याकडे फेरी मारत. १९९२-९३ पासून ते सारखे सांगायचे की त्यांना सातत्याने अगदी महिन्यातून एकदा तरी एक ठराविक स्वप्न पडतंय. ते खूप उंचावरून खाली कोसळतात पण भाभी मात्र पलंगावर छान तक्क्याला टेकून बसली आहे. मला स्वतःला खूप मार लागतोय. वाऱ्याची मंद झुळूक मला वाचवते. कॅलिफोर्नियामध्ये वादळ, भूकंप असं काहीतरी होणार तर नाही? माझं आयुष्य तरी किती आहे ते सांग. त्यांचं आयुष्य पंचाहत्तर वर्षांचं होतं. पण आयुष्यात एक मोठं संकट येणार होतं. पुढे २००१ मध्ये पटेल लग्नाला म्हणून हिंदुस्थानात आले. २६ जानेवारीला ते गुजरातमध्ये होते. त्या विनाशकारी भूकंपात त्यांच्या घराचे दोन मजले जमिनीत गाडले गेले होते. तिसरा मजला अर्धा जमिनीत गाडला होता व अर्धा जमिनीवर होता. हर्षाबेन कॉटवर तर पटेल खुर्ची मोडून जमिनीवर होते. पडलेल्या कुठल्यातरी भगदाडातून वाऱ्याची झुळूक आत येत होती आणि त्यांचं रक्षण करत होती. काळ आला होता पण

आयुष्याची दोरी बळकट असल्यानं ते वाचले होते. स्वप्न खरं झालं होतं.

प्रत्येक माणसाकडे दिव्यदृष्टी ही असतेच असते. ती भक्तीने, ज्ञानाने अथवा पुण्यकर्माने जागृत होऊन माणसाला सावध करत असते. जीवनातील प्रचंड घडामोडी, विचारातील स्थित्यंतरे याविषयी आगाऊ सूचना मिळते. काहीवेळा तर स्वप्नामध्ये भव्यदिव्य कल्पना सुचतात. आपली रामरक्षासुद्धा बुधकौशिकांना स्वप्नातच सुचलेली. मीन, धनु, मिथून, कर्क, मकर, सिंह व तुळ लग्न अशा स्वप्नांची कारक असतात. तसेच रवी, मंगळ, शनी, हर्षल आणि गुरू हे ग्रह शुभयोगात असल्यास सूचक, क्रांतिकारक स्वप्नं पडतात आणि ती खरी ठरतात. व्यवसायाने फॅशन डिझायनर असलेल्या चंदाला नवनवीन डिझाइन्सबद्दल स्वप्नं पडत असतात. आणि मग चंदा ती डिझाइन्स प्रत्यक्षात साकार करते.

स्वप्नं विविध आणि विचित्र प्रकारची पडतात. कधी आठवतात तर कधी आठवतच नाहीत. स्वप्नापूर्वीची झोप अगदी गाढ असते. नंतर स्वप्न व परत झोप किंवा झोप लागतच नाही. झोप आणि जागृतावस्था यांच्यामधला काळ हा स्वप्नांचा. तहान, भूक, थकवा, अतिविचार, पोट बिघडणं, जंत होणं किंवा मनातल्या अपूर्ण गोष्टी, इच्छा, आकांक्षा स्वप्नकारक होतात असं शास्त्र सांगतं.

बारा वर्षाच्या नंदाला कायम एकच स्वप्न पडायचं– तिचं रक्त गोठतंय. कोणीतरी तिला घाबरवतंय. वैद्य, डॉक्टर, मानसिक रोगतज्ज्ञ या सर्वांच्या पायऱ्या तिच्या पालकांनी झिजवल्या. औषधांचा काही गुण नाही हे पाहून तिला शॉक द्यावेत अशा सूचनेपर्यंत काही जणांची मजल गेली. त्यामुळे शेवटी नंदाने स्वप्नच सांगायचं सोडून दिलं होतं. फक्त एकटं राहायचं, खूप शिकायचं, स्वावलंबी व्हायचं असं तिनं ठरवलं. तिच्या पत्रिकेतील कर्क राशीमध्ये चंद्र, शनी आणि मंगळ होते. हा योग बघता रक्ताचा कर्करोग हा अगदी शंभर टक्के होणार होता. हे स्वप्न म्हणजे त्याचीच पूर्वसूचना होती.

माझ्याकडे येणाऱ्या सुजलला नेहमी स्वप्नांमध्ये गरुडाच्या पंखावर बसून आपण जग बघतोय असं दिसायचं. पुढे ती एअर होस्टेस झाली. तर सॅमला स्वप्नामध्ये खेळणीच खेळणी दिसत. वेगवेगळी खेळणी

स्वप्नात त्याचा सतत पाठपुरावा करत. पुढे सॅमने खेळण्यांचा कारखाना काढला व तो अपरंपार श्रीमंत झाला. उत्तमसिंग हे खरोखरच एक उत्तम असे ट्रेनर होते. घोड्यांना शिकवण्यात त्यांचा हातखंडा होता. त्यांच्या मुलाला स्वप्नात कायम घोडे, हिरवीगार कुरणं दिसत. वडील ट्रेनर असल्यामुळे त्याला घरात सारखा तोच विषय म्हणून ती स्वप्नं पडत असावीत असा सर्वांचा तर्क होता. तो खूप शिकला, केमिकल इंजिनियर झाला. परदेशी गेला पण तिथेही घोडे त्याचा पाठपुरावा करतच होते. तिथे तो ज्या कंपनीत नोकरीला होता त्या मालकाला घोडे पाळायचा नाद होता. एक-दोनदा याने घोड्यांच्या बाबतीत सहज म्हणून केलेल्या सूचना त्या मालकाला फायदेशीर ठरल्या आणि त्यांनी त्याची घोड्यांचा मुख्य म्हणूनच नेमणूक केली. पुढे तर त्याने स्वतःचीच घोड्यांची पागा केली व तो शर्यतीत घोडे पळवतो. घोड्यांनी त्याला कीर्ती व पैसा दिला.

सुमतीबाई मुरारजींची मी ज्योतिषी. कधी कधी ज्योतिष झालं की आम्ही त्यांच्या जुहू समुद्रावरच्या बंगल्यात गप्पा मारत बसायचो. त्यांचं बालपणही त्याच बंगल्यात गेलं होतं. त्या सांगायच्या की पूर्वी तिथे वीज नव्हती. गॅसच्या बत्त्या होत्या. वस्तीसुद्धा फारशी नव्हतीच; पण त्यांच्याही स्वप्नात कायम समुद्र, समुद्रावरचं भयंकर वादळ, खारी हवा, बोटी, समुद्रात उतरणारं सूर्यबिंब, त्याच्या रंगांची गंधर्वनगरी, आभाळ असं दिसायचं. त्याबरोबरीने सुंदर सुंदर कलात्मक देशोदेशींच्या वस्तू, शंख, शिंपले, भांडी, दिवे आणि खूप काहीबाही. आणि त्यांची ती सगळी स्वप्नं खरी झाली. त्यांचं खाजगी वस्तुसंग्रहालय देशोदेशींच्या उत्तमोत्तम वस्तूंनी सजलं होतं. शिपिंग कंपनीच्या पहिल्या महिला अध्यक्षा म्हणून त्यांनी नाव कमावलं.

माझ्याकडे येणाऱ्या निलेशला स्वप्नात कायम गांधीलमाश्या दिसायच्या, विंचू दिसायचे किंवा विषामुळे आपला मृत्यू होणार असं जाणवायचं. उच्चशिक्षित, व्यवसायाने डॉक्टर असलेला निलेश स्वतःला खूप जपायचा. फूड पॉयझनिंग व्हायला नको म्हणून बाहेरसुद्धा काही खायचा नाही. त्याला झाडाझुडुपांची खूप आवड. पण तिथेही अगदी गमबूट, हातमोजे घालून तो काम करायचा. एकदा फेब्रुवारी-मार्चमध्ये कोकणात गेला असता कैरी पाडण्यासाठी त्याने झाडावर दगड मारला

पण नेम चुकला आणि गांधीलमाश्यांचं मोहोळ उठलं. काय होतंय हे कळायच्या आत तो त्या माश्यांनी मुळी झाकलाच गेला. असंख्य चाव्यांनी बेजार झालेला तो सुटकेसाठी सैरावैरा पळत होता. पण जवळच्या विहिरीत त्या माश्यांपासून सुटका होण्यासाठी उडी घेण्यासाठी जाईपर्यंतच त्याच्या अंगात इतकं विष भिनलं की वैद्यकीय उपचार होण्याआधीच तो गेला.

लता आणि केदार या दोघांनाही स्वप्नात कायम साप दिसायचे. असंख्य छोटे मोठे, वळवळणारे, सरपटणारे, फणा काढणारे साप स्वप्नात अगदी त्यांच्या अंगाखांद्यावर सरपटायचे. त्या दोघांना तशी काही खूप भीती वाटायची नाही. पण दचकून जाग यायची. त्या दोघांचं लग्न होऊन पाच-सात वर्ष झाली होती. पण त्यांना अजून मुलबाळ नव्हतं. वैद्यकीय तपासणीत कोणातच दोष नव्हता आणि हे कायमचं सापांचं स्वप्न. स्वप्नात साप म्हणजे नक्की अपत्यप्राप्ती आणि त्यातल्या त्यात पुत्रलाभ म्हणून मी त्यांच्या पत्रिका बघितल्या. दोघांच्याही पत्रिकेत राहूदोष, त्यामुळे पूर्वज शाप. हे माझे अनुमान म्हणून नागनारायण बळी, त्रिपिंडी श्राद्ध, जपजाप्य आदि दैवी उपाय केले. एका लहान बाळाला वर्षभर दूध प्यायला दिलं तेव्हा मग ते साप स्वप्नात यायचे बंद झाले. आणि घरी दोन वर्षांनी पाळणा हलला. स्वप्नामध्ये सिंह, मोर, हंस आदी दिसणं हे शुभ लक्षण; पण त्यासाठी काळ, वेळ, प्रहर आणि मानसिक परिणामही अर्थ उलगडण्याच्या बाबतीत महत्त्वाचे ठरतात. अनेकांच्या स्वप्नात कायम मृत व्यक्ती येतात. काही वेळा त्या घडणाऱ्या घटनांची सूचना देतात व आपल्या संदेशाने पुढील घटनेतील दुःख, तीव्रता कमी करतात. पण हे ज्याचे त्याचे भागधेय.

मला स्वतःला खूप स्वप्नं पडतात. ती पण चित्रविचित्र. अगदी लाल फेटा बांधलेला, हातात चाबूक घेतलेला मृत्यूदेवसुद्धा माझ्या स्वप्नात आलेला; पण नेहमी दिसते ती परीराणी. ती मात्र माझ्या वाढत्या वयाबरोबर मोठी मोठी होत जाणारी. १९९५ पासून मला स्वप्नात सतत गणपती, मारुती दिसायचे. गणपती स्वप्नात दिसणं अनेकजण अशुभ मानतात. पण मला मात्र वाटतं की साक्षात मंगलमूर्ती किंवा कोणताही देव हा अशुभ कसा? पुनः एकदा त्या जोडीनं हॉस्पिटल्स दिसत असत; पण मला अर्थ उलगडत नव्हता. मी अष्टविनायक

यात्रा केली, काशीला गेले, गोव्याच्या शांतादुर्गेला व कासरपालच्या आमच्या गावच्या कालिकेच्या दर्शनाला गेले. पण मन तसं थाऱ्यावर नव्हतं. स्वप्नात देऊळ बघताना सगळ्या देवळातील ट्रस्टींची यादी मला दिसली. आणि मग एके रात्री 'वसुधा वाघ सिद्धिविनायकाच्या ट्रस्टी झालात, अभिनंदन' असा फोन आलेला पाहिला. मनातल्या आनंद-उत्कंठा यामुळे खडबडून जागी झाले. आणि नंतर आठएक दिवसात प्रभादेवीच्या सिद्धिविनायकाच्या देवळाची ट्रस्टी म्हणून माझी नियुक्ती झाल्याची बातमी मिळाली. पुढे मी त्या देवळाची अध्यक्षाही झाले. स्वप्नांचं साम्राज्य चालूच होतं पण ते हॉस्पिटल पाठपुरावा का करतंय हे मात्र समजत नव्हतं. पुढे अध्यक्षा असताना मिरजेच्या सिद्धिविनायक कॅन्सर हॉस्पिटलचं– अगदी टाटा हॉस्पिटलच्या तोडीस तोड असलेलं हॉस्पिटल– उद्‌घाटन प्रमुख देणगीदार आणि अध्यक्षा या नात्याने माझ्या हस्ते झाले.

खरंच, स्वप्नांची दुनिया ही किती वेगळी, चांगली, वाईट, आल्हाददायी, काळजी लावणारी, हुरहुर निर्माण करणारी, अस्वस्थतेने घेरून टाकणारी. मानवी जीवनात स्वप्नांची परिपूर्ती न होणं हाच स्थायिभाव असतो. तरीही स्वप्नं पाहणं कोणी सोडत नाही किंबहुना माणूस स्वप्नांवर तर जगत असतो. आपली पृथ्वी ही पण त्या परमेश्वराचे एक सुंदर स्वप्नच असावं असं वाटतं. प्रत्येक क्षणी या पृथ्वीवर काहीतरी घडत असतं. बेरीज वजाबाकीमधून परिपूर्णत्वाचं स्वप्न जोपासलं जात असतं आणि त्यामुळेच एक मोठं प्रश्नचिन्ह असलेल्या या जगात जो तो आपापल्या कुवतीनुसार धडपडत असतो. आदिमानवापासूनच्या इतिहासात निःसंशयपणे मानवी जीवनात एक उत्क्रांती आपल्याला जाणवते आणि अशी ही कर्क लग्नावर जन्मलेली 'सा रम्या वसुंधरा' खरोखरच विकसत असते. 'मातीवर चढणे एक नवा थर अंती' हीच जरी मानवी जीवनाची परिणती असली तरी तीच माती आम्हाला सृजनाचं स्वप्न देत असते. सातत्यानं पुढे वाटचाल करीत राहाणं हाच जीवनाचा धर्म आहे असं सांगत असते. त्यातूनच जसं पंडित जवाहरलाल नेहरूंनी १५ ऑगस्ट १९४७ च्या आपल्या पहिल्या भाषणात "We have to build the noble mansion of free India, where all her children may dwell happily" हे प्रगत भारताचं स्वप्न आपल्या डोळ्यांसमोर

ठेवलं तेच माझं स्वप्न आज ना उद्या निश्चितपणे खरं होईल ह्याच आशावादातून.

सर्वेऽपि सुखिनः सन्तु । सर्वे सन्तु निरामयः ।
सर्वे भद्राणी पश्यन्तु । मा कश्चित दुःखम् आप्नुयात ॥

हे सर्व जगाबद्दलचं माझं स्वप्न मला सादावतं.

◆

स्वप्ने आणि होमिओपॅथी

डॉ. आनंद कापसे

सिग्मंड फ्रॉईड यांनी म्हटले आहे की, 'स्वप्ने म्हणजे सुप्त मनाकडे जाणारा राजमार्ग आहे.' युंग (Jung) स्वप्नांचे महत्त्व सांगताना म्हणतात की, 'स्वप्ने जागृत मनाच्या नियंत्रणापलीकडे चालू असलेल्या (Involuntary) सुप्त मनोव्यापाराची लक्षणे आहेत. ती आपल्याला पेशंटच्या मन:स्थितीचे आन्तरिक सत्य अथवा वास्तव जसेच्या तसे दाखवतात. मी त्याचा जसा अर्थ लावू पाहतो अथवा पेशंटला ते वास्तव जसे असावे असे वाटते तसे नाही, तर जसे आहे तसे!' मानवी मनोव्यापारांचा अभ्यास करणाऱ्या प्रत्येक शास्त्राच्या दृष्टीने स्वप्नांचे अनन्यसाधारण महत्त्वच या थोर मनोविश्लेषण तज्ज्ञांनी अधोरेखित केले आहे.

होमिओपॅथीचा शोध डॉ. हनिमन यांनी लावला. तो काळ फ्रॉईडच्या कितीतरी आधीचा, मानसिक रुग्णांना बेड्या घालून अथवा बांधून असायलममध्ये ठेवण्याचा. त्या काळाच्या कितीतरी पुढे असलेल्या डॉ. हनिमननी पुरस्कार केला तो मानसिक रुग्णांना सहृदयतेने वागवण्याचा. पेशंटकडे आजाराचा एक नमुना म्हणून न बघता त्याचा एक व्यक्ती म्हणून सर्वंकष अभ्यास करण्याचा, सतत बदलत असणाऱ्या एकांगी विचारधारांच्या प्रभावाखाली असलेल्या तत्कालीन वैद्यकीय विश्वात त्यांनी आग्रह धरला तो कधीही न बदलणाऱ्या नैसर्गिक तत्त्वांवर आधारित उपचारपद्धतीचा. साहजिकच त्यांनी कुठल्याही कपोलकल्पित स्पष्टीकरणांच्या आहारी न जाता प्रयोगसिद्ध व नैसर्गिक तत्त्वांवर आधारित उपचारपद्धती विकसित केली. या पद्धतीत फक्त आजाराच्या लक्षणांचा अभ्यास केला जात नाही तर रोग्याच्या प्रकृतीचा, त्याच्या मानसिक व शारीरिक लक्षणांचाही अभ्यास केला जातो. मन:स्थितीचा

अभ्यास करताना भावना, बुद्धी आणि सुप्त मनोव्यापारांच्या लक्षणांचा (जसे स्वप्ने, झोपतले बोलणे, अनवधानाने होणाऱ्या बोलण्या-लिहिण्यातल्या चुका) विचार करावा लागतो. या विविध लक्षणांमधील वैशिष्ट्यपूर्ण लक्षणांच्या मदतीने प्रत्येक रुग्णाचे एक व्यक्तिचित्र बनवून त्याला अनुरूप असे होमिओपॅथिक औषध निवडले असता आजार मुळापासून बरा करणे शक्य असते. साहजिकच होमिओपॅथिक केस बनवताना 'तुम्हाला कोणती स्वप्ने पडतात?' हा प्रश्न विचारला न गेला तरच नवल!

तुम्हाला कोणती स्वप्ने पडतात?

या प्रश्नाला मिळणारी उत्तरे मोठी गमतीदार असतात. 'मला नाही दिसत काही स्वप्न' ह्या उत्तराचा अर्थ 'हे नसते प्रश्न विचारणे सोडून द्या आणि माझ्या डोकेदुखीला औषध द्या' असाही असू शकतो. 'स्वप्ने दिसतात पण सकाळी उठल्यावर काही आठवत नाहीत' किंवा 'स्वप्ने पडतात पण त्याला काही अर्थ नसतो' अशी थोडी दिलगिरीयुक्त स्वरातली उत्तरेही बऱ्याच वेळा मिळतात. आपल्या संस्कृतीत परिस्थितीशी जुळवून घेणे, त्यासाठी स्वत:च्या इच्छा, जाणिवा दाबून ठेवणे अशा संस्कारांचा पगडा इतका जबरदस्त आहे की, आपल्या संवेदना, जाणिवा जागृत पातळीवर ठेवून त्या नि:संकोचपणे आणि नेमकेपणाने व्यक्त करणे पुष्कळजणांना अवघड जाते. आपल्या स्वप्नांना काही महत्त्व आहे अथवा त्यापासून आपल्याला स्वत:बद्दल काही नवीन कळू शकणार आहे, हेच बऱ्याच जणांना माहीत नसते.

याउलट काही पेशंट इतकी वैशिष्ट्यपूर्ण अथवा अर्थगर्भ स्वप्ने सांगतात की, ही स्वप्नांची भाषा आदिवासी/ग्रामीण/शहरी, गरीब/मध्यमवर्गीय/उच्चभ्रू, सुशिक्षित/अशिक्षित अशा सामाजिक विभागण्यात न अडकता खऱ्या अर्थाने संपूर्ण मानववंशाची शतकानुशतके शब्दाविण व्यक्त होत असलेली 'प्रतीकांची भाषा' आहे हे लक्षात येते.

होमिओपॅथिक औषध निवडताना स्वप्नांचा कसा उपयोग होतो?

होमिओपॅथिक लक्षणकोषांमध्ये झोप आणि स्वप्ने यांचा एक स्वतंत्र विभागच असतो. त्यामध्ये शेकडो स्वप्ने आणि ती स्वप्ने असलेली औषधे नमूद केलेली आहेत. त्यामुळे पेशंटला पडत असलेली स्वप्ने लक्षणकोषात बघून त्यासाठी कोणकोणती औषधे येऊ शकतात हे

बघता येते. मात्र याचवेळी हेही स्पष्ट असणे आवश्यक आहे की, औषधांची निवड फक्त स्वप्नांवर अवलंबून नाही तर लक्षण समुच्चयावर आधारित असते.

लक्षण समुच्चयात वेगवेगळ्या प्रकारच्या लक्षणांना कितपत महत्त्व द्यायचे याचे काही नियम आहेत. उदा. भावनिक लक्षणे → बौद्धिक लक्षणे → सुप्त मनाची लक्षणे. परंतु एखाद्या विशिष्ट केसमध्ये भावनिक व बौद्धिक लक्षणे फारशी वैशिष्ट्यपूर्ण नसतील तर स्वप्ने खूपच वरच्या स्थानी येऊ शकतात. स्वप्ने आणि खाण्यापिण्याच्या आवडी ही अतिशय वैशिष्ट्यपूर्ण व वैयक्तिक लक्षणे असल्यामुळे त्यांचा विचार औषध निवडीच्या अखेरच्या निर्णायक टप्प्यात करावा असाही एक मतप्रवाह आहे.

वारंवार दिसणारी स्वप्ने अथवा दुर्मिळ, वैचित्र्यपूर्ण स्वप्ने जास्त महत्त्वाची मानली जातात. काही स्वप्ने केवळ हाताच्या बोटावर मोजता येतील इतक्याच औषधांमध्ये आढळतात. त्यांच्या मदतीने योग्य औषधापर्यंत पोहोचणे शक्य होते.

केस नं. १ : कंबरदुखी व मिरगी

आमच्या पालघर येथील ग्रामीण होमिओपॅथिक रुग्णालयात आलेल्या श्री. दत्तात्रय या एकोणसत्तर वर्षांच्या शेतकरी गृहस्थांना गेली पंचवीस वर्षे कंबरदुखीचा त्रास होता. गेली दोन-तीन वर्षे दुखणे वाढून कळा कंबरेपासून पायापर्यंत जात होत्या. चालणे कठीण झाले होते. उठून बसणे, वजन उचलणे याने दुखणे वाढायचे; तर मालिश अथवा शेक करण्याने दुखणे कमी व्हायचे. वरील लक्षणे, शारीरिक तपासणी आणि कमरेचे एक्स-रे यावरून लंबर स्पाँडिलोसिसचे निदान नक्की झाले.

आधीच सांगितल्याप्रमाणे औषध निवडण्यासाठी फक्त आजाराची माहिती पुरेशी नाही. रुग्णाच्या प्रकृतीच्या इतर लक्षणांचा अभ्यासही तितकाच महत्त्वाचा असतो. त्यांना थंड वातावरण सोसवत वा आवडत नव्हते. आजाराबाबत अतिशय काळजी करण्याचा स्वभाव. समाजात स्वतःची प्रतिमा सांभाळण्यासाठी चालणारी धडपड ही त्यांच्या स्वभावाची प्रमुख वैशिष्ट्ये लक्षात आली.

त्यांना एक स्वप्न वारंवार दिसायचे. त्या स्वप्नावरून त्यांना कोणाचा तरी मृत्यू होणार आहे हे आधीच समजायचे. हे स्वप्न त्यांच्या

लक्षण समुच्चयात अतिशय महत्त्वाचे आहे. लक्षणकोषात हे स्वप्न बघितले असता Kali Carb आणि Kali Chlor या दोनच औषधांमध्ये हे स्वप्न आढळते. इतर लक्षणांचा विचार केला असता Kali Carb हे औषध नक्की करणे सोपे होते.

Kali Carb 30 च्या एका डोसनेच कंबरदुखी ७५ टक्के कमी झाली. त्यानंतर अधूनमधून कंबर दुखणे उद्‌भवल्यास Kali Carb 30 व नंतर Kali Carb 200 ने त्वरीत आटोक्यात यायचे. श्री. दतात्रय यांना गेली पंचवीस-तीस वर्षे फिट्‌सचादेखील आजार होता. त्यासाठी ते इप्टोइन १०० मि.ग्रॅ. गोळ्या दिवसातून दोन वेळा घेत असत. गोळ्या बंद करण्याचा प्रयत्न केल्यास फिट्‌स परत वाढायच्या. मात्र Kali Carb च्या प्रभावाखाली फिट्‌सच्या गोळ्या पूर्ण बंद करूनही त्यांना गेल्या एका वर्षात एकदाही फिट आलेली नाही.

आता वरवर बघायला गेलं तर पेशंटला पडणारे स्वप्न, त्यांची दुखणारी कंबर आणि येणाऱ्या फिट्‌स यांचा परस्परांशी काय संबंध? परंतु होमिओपॅथी पेशंटचा सर्वांगाने अभ्यास करत असल्याने पेशंटच्या आजारावर औषधोपचार करण्याऐवजी आजारी असलेल्या पेशंटला पूर्ववत आरोग्याकडे नेण्याचा प्रयत्न करते. स्वप्न, कंबरदुखी आणि फिट्‌स ही जरी वेगवेगळी लक्षणे असली तरी ती एकाच व्यक्तीमध्ये आढळली असल्यामुळे परस्परांशी निगडित आहेत हे आपल्याला सहज लक्षात येईल.

स्वप्नांच्या मदतीने योग्य औषध सापडल्याचे असे कितीतरी अनुभव सांगता येतील. साप चावायला येण्याचे स्वप्न वारंवार पडणाऱ्या एका पेशंटला Bovista या औषधाने आराम पडला. लहानपणीच्या प्रसंगांची स्वप्ने वारंवार पडणाऱ्या एका retinal neuropathy असलेल्या वृद्ध गृहस्थांच्या दृष्टीत Fer Jod या औषधाने लक्षणीय सुधारणा झाली. अर्थात केसची इतर लक्षणेही त्या त्या औषधात होतीच. केवळ एका स्वप्नावरून ते औषध निवडले नव्हते. परंतु त्या स्वप्नामुळे ते औषध शोधण्यात दिशा मिळाली हे निश्चित.

आतापर्यंत आपण स्वप्नांचे लक्षण म्हणून होमिओपॅथीत असलेले महत्त्व पाहिले. परंतु स्वप्नांचा हा फारच मर्यादित उपयोग झाला. लेखाच्या आरंभीच म्हटल्याप्रमाणे स्वप्ने हा सुप्त मनाकडे जाणारा

राजमार्ग आहे. होमिओपॅथिक डॉक्टरला स्वप्नांच्या मदतीने पेशंटची मन:स्थिती कशाप्रकारे समजू शकते आणि त्याच्या बळावर पेशंटचे व्यक्तिचित्र बघता येऊन योग्य औषध कसे निवडता येते; हे पुढील उदाहरणावरून बघू.

केस नं. २ : स्तनातील गाठी

सौ. सीमा या सत्तावीस वर्षीय दाक्षिणात्य महिलेला १९८६ पासून स्तनांमध्ये गाठींचा त्रास होता. १९८६ साली एक गाठ तर १९९३ साली तब्बल पाच गाठी ऑपेरशनने काढून टाकल्या होत्या. त्यानंतरही परत दोन्ही बाजूच्या स्तनांमध्ये एक एक अशा दोन गाठी झाल्या होत्या. १९९५ साली सौ. सीमा होमिओपॅथिक औषधोपचारासाठी आमच्याकडे आल्या. ऑपरेशनने दरवेळी आजाराचे बाह्य लक्षण तर दूर केले, परंतु गाठी तयार करण्याच्या प्रवृत्तीमध्ये काहीही बदल घडवला नाही. होमिओपॅथिक औषधे आजाराच्या बाह्य लक्षणांऐवजी आजाराच्या मुळाशी जाऊन आपला प्रभाव दाखवतात. त्यामुळे सौ. सीमा यांना होमिओपॅथिक हा योग्य पर्याय वाटला नसता तरच नवल.

होमिओपॅथिक केस बनवण्याआधी आमच्या पद्धतीप्रमाणे पेशंटला एक आरोग्यविषयक प्रश्नावली दिली जाते. त्याद्वारे आजार, व्यक्तीची प्रकृती व आयुष्यातील ताणतणाव यांची माहिती पेशंटच्या शब्दांमध्ये आम्हाला मिळते. सौ. सीमा यांनी या प्रश्नावलीवरून लिहिलेली माहिती अतिशय वैशिष्ट्यपूर्ण होती. त्यातील काही निवडक उतारे खालीलप्रमाणे–

हिस्टरी काय दर्शवते?

वरवर बघितलं तर मुंबईच्या उपनगरात राहाणाऱ्या कुठल्याही मध्यमवर्गीय स्त्रीची प्रतिनिधिक अशीच हिस्टरी आहे. सगळे संबंध चांगले, रोज तीन तास रेल्वे प्रवास केल्यामुळे येणारा थकवा, त्यामुळे घरातल्या जबाबदाऱ्यांकडे दुर्लक्ष होत असल्याची चुटपुट, नोकरी करणे अत्यावश्यक नाही पण सोडवतही नाही हा मनातला संघर्ष.

पण स्वत:चे शारीरिक वर्णन ज्या प्रकारे हिस्टरीत केले आहे ते अतिशय वेगळे आहे– 'शरीराचे सर्व भाग नॉर्मल काम करत असलेली नॉर्मल मानव' हे एका स्त्रीचे वर्णन आहे की मशीनचे? सकाळी ६.३० ते रात्री ११ असे घरी आणि ऑफिसमध्ये राबल्यावर व्यक्तीला

सौ. सीमा यांची हिस्टरी

वय	२७ वर्षे.
शिक्षण	बी.कॉम., कॉम्प्युटर डिप्लोमा. सध्या एल.एल.बी.चे शिक्षण चालू.
व्यवसाय	एका लिमिटेड कंपनीत अकाउंट्स असिस्टंट आणि कॉम्प्युटर ऑपरेटर म्हणून नोकरी करीत आहे.
कुटुंबीय	पती– ३३ वर्षे व्यवसाय, दीर– ३५ वर्षे व्यवसाय, जाऊ– ३० वर्षे गृहिणी, सासरे– ६५ वर्षे निवृत्तीनंतर एका सी.ए.कडे काम करतात. सासू– ५२ वर्षे गृहिणी, मुलगी– १ वर्ष १० महिने.
त्यांच्यावरच्या जबाबदाऱ्या	एक कर्तव्यदक्ष सून व जबाबदार माता बनणे.
दिनचर्या	६.३० ते ९ घरातील कामे. कपडे धुणे (वॉशिंग मशीनने), घरसफाई इ., १०.३० ते ६ ऑफिस. ८.३० ला घरी परत पोहोचणे. परत घरची कामे ११ वाजेपर्यंत. ११.३० वाजता झोपणे.
आर्थिक जाबाबदाऱ्या	पैसे कमवलेच पाहिजेत अशी सक्ती पूर्वीही नव्हती, तरीही मी नोकरी करीत होते. पैसे कमावलेच पाहिजेत अशी सक्ती आताही नाही, तरीही मी नोकरी करीत आहे.
ताणतणाव	शारीरिक थकवा येणे.
अडचणी	प्रवासाबाबतच्याच. घर अथवा ऑफिसमध्ये काहीही त्रास नाही.
शारीरिक वर्णन	शरीराचे सर्व भाग नॉर्मल काम करीत असतात. नॉर्मल मानव.

भावनिक प्रकृती	अतिशय रागीट.
बौद्धिक आकांक्षा	जे यश मी मिळवले त्यावर मी समाधानी आहे. कुटुंबीय, मित्रपरिवार आणि सहकाऱ्यांशी संबंध चांगले.
आयुष्यातील जबाबदाऱ्या	पैसे कमावणे आणि एक चांगली आई व सून होणे.
माझ्या जबाबदाऱ्यांबद्दलच्या भावना	मी चांगली सून आणि पत्नी होण्यात कमी पडते.
खाण्यापिण्यातील आवडीनिवडी	तिखट आवडते. तशा खास नावडी नाहीत.
झोप	गाढ. कधी कधी वाईट स्वप्ने पडतात आणि मी अस्वस्थ होते.
लैंगिक संबंध	समाधानकारक, मासिक पाळीच्या काळात कामेच्छा जास्त होते. मासिक पाळी नियमित.

कर्तव्यपूर्तीचे समाधान मिळायला हवे की जबाबदारी पार पाडण्यात कमी पडत असल्याची जाणीव? मग ही जाणीव निर्माण होण्यात कुटुंबीयांचा काय हातभार आहे? बरे, कुटुंबीयांबद्दलच्या मनातल्या भावना हिस्टरीमध्ये व्यक्त करण्यात संकोच वाटत असेल तर लैंगिक भावना व्यक्त करायला (जे बऱ्याच जणांना जमत नाही) काही अडचण वाटलेली नाही. अस्वस्थ करणारी वाईट स्वप्ने काय असावी? त्यातून ह्या पेशंटच्या मन:स्थितीवर काय प्रकाश पडू शकेल? हे आणि असे अनेक प्रश्न वाचल्यावर मनात निर्माण झाले.

स्वाभाविकच केस घेताना पेशंटच्या आतापर्यंतच्या आयुष्याचा आढावा घेणे आणि या प्रश्नांची उत्तरे शोधणे आवश्यक झाले. व्यक्तिचित्र समजण्यासाठी लक्षणांच्या पलीकडेही जावे लागते ते असे.

पेशंटची केस संस्थेमध्ये पदव्युत्तर प्रशिक्षण घेत असलेल्या एका विद्यार्थीनीने घेतली. त्या इंटरव्ह्यूमध्ये मिळालेली माहिती अशी –

पहिल्या इंटरव्ह्यूमध्ये मिळालेली माहिती

सौ. सीमा यांचे वडील रेल्वेत मशीन ऑपरेटर होते. आई आणि वडील दोघेही शांत स्वभावाचे, घरात वातावरण अतिशय चांगले. पेशंट एक सर्वसामान्य विद्यार्थिनी होती. परंतु नियमित अभ्यास केल्याने परीक्षेची भीती कधीच जाणवली नाही. मित्रमंडळ मोठे. बी.कॉम. झाल्यावर पार्टटाईम नोकरी करीत लॉ आणि कॉम्प्युटरचे शिक्षण चालू ठेवले. पूर्ण दिवस यातच जायचा. नोकरीची तशी आर्थिकदृष्ट्या आवश्यकता नसली तरी लग्नाच्या दृष्टीने नोकरी आणि शिक्षणाचा उपयोग होईल या हेतूने सर्व गोष्टी चालू होत्या. घरकाम आई आणि वहिनी सांभाळायच्या.

कॉम्प्युटर क्लासच्या चालकाशीच त्यांचे लग्न ठरले. परिचय असला तरी प्रेमविवाह नव्हता; तर घरून पाहूनच लग्न ठरले होते. लग्नानंतरही नोकरी चालूच राहिली. घरी सासू आणि जाऊ आहेत. जावेला अजून मूलबाळ नाही. त्या दोघी पेशंटच्या मुलीची देखभाल करतात. घरकामाच्या वाटण्या केलेल्या आहेत. घरात वातावरण चांगले आहे; पण एक प्रकारचा दबाव जाणवतो.

नवऱ्याचा स्वभाव शीघ्रकोपी आहे. सौ. सीमासुद्धा रागीट स्वभावाच्याच आहेत. परंतु अशा प्रसंगी भांडण टाळण्यासाठी शांत राहतात. कधीकधी अशा प्रसंगानंतर रडू येते किंवा नंतर मनात विचार चालू राहातात.

सून म्हणून काही बंधने असतातच आणि ती कधीकधी जाचक वाटतात.

मुलीच्या लग्नानंतर तिला लगेचच फिट्स आल्या. त्यामुळे तिला दहा दिवस ॲडमिट केले होते. सौ. सीमा यांना सिझेरियनमुळे मुलीजवळ जाता येत नव्हते. त्यावेळी मन:स्थिती खूपच वाईट होती. सारखे रडू यायचे. आता त्यांच्या मुलीची तब्येत चांगली आहे.

ऑफिसमध्ये त्यांना काही टेन्शन नाही. मैत्रिणींबरोबर काही खटका उडाल्यास त्या पटकन् तोंडावर बोलून विषयाचा उलगडा करतात.

शारीरिक लक्षणे काही फारशी वैशिष्ट्यपूर्ण नव्हती. समशीतोष्ण प्रकृती, पाळीच्या विटाळाचे कपड्यांवर डाग राहणे ही दोनच लक्षणे म्हणण्यासारखी होती.

सौ. सीमा यांना पडणारी स्वप्ने

सौ. सीमा यांना पडणारी स्वप्ने मात्र खूपच वैशिष्ट्यपूर्ण होती आणि ती त्यांना लग्न झाल्यानंतर पडायला लागली होती. ती अशी –

मृत्यू – वडिलांचा अथवा जवळच्या नातेवाईकांचा.

खून – वडिलांचा खून झाला आहे. त्यांचे डोके छिन्नविच्छिन्न झाले आहे. डोक्याचे तुकडे-तुकडे झाले असून फक्त एक चतुर्थांश डोके उरले आहे.

खून – सुरीने भोसकून.

रक्त

लग्नसमारंभ.

स्वप्नातून लक्षात येणारी मन:स्थिती आणि आतापर्यंतच्या जीवनाबद्दल मिळालेली माहिती यात मेळ बसत नव्हता. त्यामुळे दुसरा इंटरव्ह्यू घेणे आवश्यक झाले. दुसरा इंटरव्ह्यू कन्सल्टण्टने स्वत: (म्हणजे मी) घेतला. इंटरव्ह्यूची सुरुवात फक्त एका प्रश्नाने झाली. 'तुम्हाला सध्या घरात कसली कसली टेन्शन्स आहेत?' त्यानंतर पेशंटच्या डोळ्यातून अश्रू वाहायला लागले. जणू आतापर्यंत मनाला घातलेला बांध फुटला आणि थोड्यावेळाने त्या आपले दु:ख सांगायला लागल्या. इंटरव्ह्यूमध्ये नंतर प्रश्न विचारायची गरजच पडली नाही. त्यांनी सांगितलेली माहिती अशी –

दुसऱ्या इंटरव्ह्यूत मिळालेली माहिती

त्यांच्या स्तनातल्या गाठी लग्नानंतर एका महिन्यातच लक्षात आल्या आणि लगेच ऑपरेशन केले गेले. त्यामुळे त्यांचा नवरा आणि सासरची मंडळी यांचे असे ठाम मत आहे की, हा आजार लग्नाच्या आधीपासूनचाच आहे. सौ. सीमा आणि त्यांचे आईवडील यांनी या आजाराची माहिती मुद्दाम दडपून ठेवली आणि सासरच्यांना फसवले असा त्यांचा आक्षेप आहे.

दुसरा आक्षेप आहे तो नोकरीबद्दल दिशाभूल करण्याचा. पेशंटचा रेल्वेतल्या नोकरीसाठी इंटरव्ह्यू झाला होता आणि नाव वेटिंग लिस्टवर होते. त्यामुळे सासरच्यांचा असा समज झाला की त्यांना चांगली सरकारी नोकरी आहे. परंतु प्रत्यक्षात ती नोकरी न मिळाल्यामुळे नाराजी निर्माण झाली. एकाच दाक्षिणात्य समाजातले असल्यामुळे दोन्ही कुटुंबे

एकमेकांशी चाळीस वर्षांपासून परिचित होती. थोडे लांबचे नातेही होते. परंतु ह्या घटनांमुळे दोन्हीकडच्या नातेवाईकांच्या संबंधामध्ये तेढ निर्माण झाली. आता संबंध कसेबसे टिकून आहेत इतकेच.

आता हे दु:ख सांगायचे तरी कोणाला? सासरच्यांना काही सांगायला गेले तर अजून गैरसमजुती वाढतील आणि जिथे हक्काचा नवराच बाजू समजून घेत नाही तिथे इतर काय समजणार?

दहा ते पंधरा मिनिटांच्या या इंटरव्ह्यूनंतर पेशंटची मन:स्थिती आणि त्यांचे व्यक्तिचित्र स्पष्ट झाले. आता त्यांच्यासाठी होमिओपॅथिक औषध निवडणे अवघड नव्हते.

सौ. सीमा यांच्या मन:स्थितीचे स्पष्टीकरण

सौ. सीमा यांना पडणाऱ्या स्वप्नांमध्ये खून, रक्त, धड छिन्नविच्छिन्न होणे, मृत्यू ही स्वप्ने प्रमुख होती. मनामध्ये दाबून ठेवलेला क्रोध अथवा जाणिवेच्या पातळीपर्यंतही येऊ न दिलेला क्रोध (Suppressed & repressed agression) या स्वप्नांद्वारे व्यक्त होत होता. ही स्वप्ने लग्नानंतरच पडू लागली होती. त्यामुळे लग्नानंतर उद्‌भवलेल्या परिस्थितीचा त्यात नक्कीच हातभार होता.

ही मन:स्थिती निर्माण होण्यात नवऱ्याचा स्वभाव आणि सासरचे वातावरण जसे कारणीभूत होते तसेच सौ. सीमा आणि त्यांच्या माहेरच्यांचे सदोष संभाषणकौशल्यही होते. प्रत्येक व्यक्तीला येणारे अनुभव, जाणवणाऱ्या भावना स्वत:शी आणि इतरांशी संवाद करून व्यक्त करता येतात. अव्यक्त भावनांमुळे मन:शक्ती नेहमीसारखी मुक्त संचारित न राहता अडकून साचून राहते. सौ. सीमा यांच्या मानसिक जडणघडणीत स्वत:शी अथवा इतरांशी संवाद साधण्यात खूपच मर्यादा होत्या. त्यांनी स्वत:च्या शरीराचे वर्णन ज्या प्रकारे केले अथवा मनातील भावना व्यक्त करण्यासाठी हिस्टरी– पहिला इंटरव्ह्यू– दुसरा इंटरव्ह्यू हा जो धीमा प्रवास झाला त्यावरून या मर्यादा स्पष्ट होतात. एक प्रकारे दुसरा इंटरव्ह्यू त्यांच्या मनात साचून राहिलेल्या भावनांचा निचरा करण्यात यशस्वी ठरला. इंटरव्ह्यू घेताना निदान आणि उपचार ह्या दोन्ही गोष्टी एकाच वेळी चालू असतात; त्या अशा–

औषधोपचार

मन:स्थिती, स्वभाव व शारीरिक लक्षणे या तिन्हींचा विचार केल्यावर

त्यांना Mag Mur (मॅग मूर) हे औषध ३० पोटेन्सीमध्ये रोज रात्री दिवसातून चार वेळा असे दिले. एक महिन्यातच डाव्या स्तनातील गाठ पूर्ण नाहीशी झाली व उजव्या स्तनातील गाठीचा आकार कमी झाला. मनातला ताण व स्वप्नांचे प्रमाणही कमी झाले. काही काळाने Mag Mur २०० पोटेन्सीमध्ये दिल्यावर दुसरी गाठही नाहीशी झाली. नवरा व सासूबरोबर वागण्यातही अधिक मोकळेपणा झाल्याचे पेशंटने सांगितले. Mag Mur चा परिणाम थोडा धीमा झाल्यास Thuja 200 (थुजा) चा डोस आठवड्याच्या अंतराने देण्यात आला.

काही अनुत्तरित प्रश्न

वरील केस वाचून काही जणांना वाटेल की, होमिओपॅथी डॉक्टर नुसता होमिओपॅथिक औषधेच देत नाही तर मानसोपचार तज्ज्ञ अथवा मनोविश्लेषण तज्ज्ञ पण असतो की काय? परंतु आज वस्तुस्थिती तशी नाही. मानवी स्वभावाचा अभ्यास करताना ह्या शास्त्रांची ओळख त्याने निश्चितच केलेली असते. परंतु त्या शास्त्रांचा तज्ज्ञ होण्यासाठी अधिक प्रशिक्षण आणि अभ्यासाची गरज असते. अशा प्रशिक्षणाच्या अभावी वैयक्तिक आवडनिवड आणि प्रयत्न यांच्या बळावर प्रत्येकाचे या विषयांचे ज्ञान वेगवेगळ्या पातळ्यांवर असते. बरे मन हा असा डोह आहे की, कितीही खोल पाण्यात गेले तरी तळापर्यंत पोहोचलोच असे खात्रीने सांगता येत नाही.

सौ. सीमांच्या केसमध्ये इतक्या माहितीनंतरही काही प्रश्न अनुत्तरित आहेत. त्यांना वडिलांसंबंधीच स्वप्ने का पडत होती? त्यांच्या संवाद साधण्यातल्या मर्यादा कशामुळे निर्माण झाल्या होत्या? इ. अशा प्रकारच्या प्रश्नांची उत्तरे मिळवण्यासाठी पेशंटशी नियमितपणे संवाद आवश्यक आहे. परंतु योग्य औषध मिळाल्यानंतर विशेष कारण असल्याशिवाय पेशंटबरोबर वारंवार प्रदीर्घ वेळ घालवणे होमिओपॅथला शक्य होईलच असे नाही. होमिओपॅथिक औषधांच्या मदतीने पेशंटला शारीरिक व मानसिक आरोग्याप्रत नेणे हे त्याचे प्रथम उद्दिष्ट नाही का?

(M.D. in Homeopathic Psychiatry)

आता होमिओपॅथिक मानसोपचार तज्ज्ञाचा अभ्यासक्रम चालू होत आहे. त्याद्वारे या शास्त्रांचा सखोल अभ्यास केलेले तज्ज्ञ होमिओपॅथीस तयार होतील हीच अपेक्षा.

मनोविश्लेषण शास्त्रातही वेगवेगळी घराणी अथवा स्कूल्स आहेत. त्या त्या विचारसरणीप्रमाणे स्वप्नांचा अर्थही वेगवेगळा लावला जातो. धर्मशास्त्राप्रमाणे अजूनच वेगळे स्पष्टीकरण मिळते. या मतमतांच्या गलबल्यात नवशिक्याला गोंधळल्यासारखे वाटले नाही तरच नवल. आजकाल तर स्वप्नांचे विविध अर्थ लावणारी सॉफ्टवेअर्सही बाजारात उपलब्ध आहेत. इंटरनेटने विविध प्रकारची माहिती आपल्या घरात आणून पोचवली आहे. इंटरनेटच्या माध्यमातून एकमेकांशी आपापल्या केसेसचे अनुभव वाटून अधिकाधिक ज्ञान मिळवण्याच्या एका उपक्रमाचा मी संयोजक आहे. ह्या उपक्रमात एक स्वप्नांचाच त्रास होत असलेल्या मुलीची केस बंगलोरच्या माझ्या सहकारी डॉ. लता देवराजन् यांनी पाठवली होती. या उपक्रमातील विविध सहकाऱ्यांनी त्या केसचा सर्वांगाने अभ्यास करून त्या मुलीच्या स्वप्नांचा अर्थ खोलात जाऊन उलगडून दाखवला होता. त्या केसचा आपण आता अभ्यास करू.

केस नं. ३

कु. रेवती ही अठरा वर्षांची तरुणी मासिक पाळीच्या वेळी होणारी असह्य पोटदुखी, डोकेदुखी आणि भयप्रद स्वप्ने ह्या तक्रारींवर होमिओपॅथिक उपचार घेण्यासाठी आली.

तिला आतापर्यंत तीन-चार वेळा हिंसक आणि भयप्रद अशी स्वप्ने पडली होती. स्वप्नांमुळे जाग आल्यावर दिवसभर अतिशय भीती वाटायची आणि मन:स्थिती अतिशय खराब व्हायची. डोकेदुखी, भूक व झोप न लागणे, तापासारखे वाटणे असे त्रास दिवसभर चालू राहायचे. एक दिवस कॉलेज बुडायचे. तशी तिला स्वप्नं तर रोजच पडायची; पण या स्वप्नांनी तिला अस्वस्थ करून टाकलं होतं. ती स्वप्नं आहेत हे कळायलाच मुळी खूप वेळ लागायचा. स्वप्नात दिसणाऱ्या घटना प्रत्यक्षात घडताहेत असा भास होऊन ती किंचाळत उठायची. या सर्व स्वप्नांमध्ये ती कोणाचा तरी खून करते आहे असे दिसायचे.

रेवतीला पडणारी भयानक स्वप्ने

१. पेशंट एका भिंतीवर काहीतरी विचित्र, वेड्यावाकड्या रेषा काढतेय आणि अचानक खाली पडते.

२. एक मुलगा तिचा पाठलाग करतोय (हा मुलगा खरोखरच तिच्याजवळ राहात होता. काही वेळा तो तिच्यामागे लागला होता

आणि त्याने तिच्याशी बोलायचा प्रयत्नही केला होता). रेवती एक सुरी त्याच्या पोटात खुपसते, वेगवेगळ्या दिशांनी फिरवते आणि शेवटी त्याचे तुकडे तुकडे करते.

३. तिने पांढऱ्या कपड्यांमधल्या एका म्हातारीचा खून केला आहे. तिचे तुकडे तुकडे करून त्यातला एक एक तुकडा एका भोकात टाकते आहे.

४. रेवती स्वप्नात एक प्रेमकथा बघते आहे. एक वेस्ट इंडियन माणूस प्रवेश करतो. त्याचे हेल्मेट तिच्या एका मित्रासारखे असल्यामुळे आधी ती त्याला तो मित्रच समजते. नंतर दोघांमध्ये झटापट होते आणि शेवटी ती त्याला ठार करते. त्याचे रक्त सगळीकडे उडालेय. तिची आई पोलीस यायच्या आत ते साफ करायचा प्रयत्न करते आहे.

कु. रेवतीची जडणघडण अशी झाली

वडील एका बहुराष्ट्रीय कंपनीमध्ये सेल्स डिपार्टमेंटमध्ये नोकरी करीत करीत आता जनरल मॅनेजरच्या हुद्यावर आहेत. फिरतीची नोकरी. आकंठ कामात बुडून राहण्याचा स्वभाव. रेवतीची वडिलांशी फारशी जवळीक नाही.

आई इलेक्ट्रॉनिक इंजिनियर. कॉलेजमध्ये असिस्टंट प्रोफेसर. शांत, मृदू स्वभावी. आईकडून रेवतीला नेहमीच स्वतःचे निर्णय घेण्याबद्दल पूर्ण स्वातंत्र्य मिळाले.

लहानपणापासून रेवतीला आपल्या आजीबद्दल तिरस्कार वाटायचा. कारण म्हणजे आजी आईला नेहमी घालूनपाडून बोलायची आणि आई तिचे बोलणे गुपचूप सहन करायची. बऱ्याच वेळा रेवती आईचा पत्कर घेऊन आजीशी भांडायचीदेखील. घरातले कुटुंबीय, मामा तिला शांत राहायला सांगायचे. त्यांच्या प्रभावाने हळूहळू तिने आपली मते मांडणे बंद केले. तिला असेही जाणवले की या वागण्याने तिचे नाव उगीचच बदनाम होत होते आणि कोणी तिच्या बोलण्याकडे लक्षही देत नव्हते.

एका मामामुळे ती तत्त्वज्ञानाच्या पुस्तकांकडे वळली. त्यामुळे ती अंतर्मुख बनली आणि राग आवरायला शिकली. आता तिच्यापुढे प्रश्न होता, 'या आयुष्याचे उद्दिष्ट काय?' आता सगळ्यांच्या दृष्टीने ती एक चांगली समजूतदार व्यक्ती झाली आहे.

रेवती पहिल्यापासून हट्टी आणि स्वतंत्र स्वभावाची, आवडीनिवडी

तीव्र. उदा. तिने आपला व्हायोलिन क्लासचा अनुभव सांगितला. दोन वर्षे ती क्लासमध्ये उत्कृष्ट विद्यार्थिनी म्हणून गणली जायची. घरातले सगळे रियाझासाठी मागे लागायचे. त्यामुळे हट्टाने तिने क्लासला जाणे बंद केले आणि संगीत सोडून दिले.

मित्रमंडळ अतिशय मोजके. कधी भांडण झाले तर ती लवकर मिटवते. तिच्या पत्रांना अथवा पर्सला कोणीही हात लावलेलासुद्धा तिला खपत नाही. केमिस्ट्री आवडत नाही म्हणून ती कॉमर्सकडे गेली. आता एम.बी.ए. करून स्वत:च्या पायावर उभे राहाण्याची तिची इच्छा आहे.

रेवतीच्या आईकडून मिळालेली माहिती

लहानपणी रेवतीचा स्वभाव अतिशय चिडखोर होता. कोणी तिची चूक दाखवली अथवा चूक केली तर त्यांच्यावर जोरात ओरडायची. अपशब्द वापरायची. आता तशी सुधारली आहे. राग आवरते. आईच्या मते ती फारसा सारासार विचार न करता निर्णय घेते. व्हायोलिन दोन वर्षे शिकल्यानंतर आणि चांगले येत असताना उगीचच सोडून दिले. गाणे शिकतानाही तोच प्रकार. आवाज चांगला होता; पण रियाझ करण्याचा गुरूंनी आग्रह धरल्यावर तिने गाणंच सोडून दिले.

रेवतीची स्वप्ने काय दर्शवतात?

आतापर्यंत आपल्याला हे लक्षात आले असेल की, आपण नाकारत अथवा दाबत असलेल्या आपल्या प्रवृत्ती किंवा अंतर्गत संघर्ष स्वप्नांमध्ये प्रतीत होतात. आपले मन स्वप्नांच्याद्वारे प्रतीकांच्या भाषेत काही संदेश देत असते. रेवतीला तो संदेशसुद्धा जाणिवेच्या पातळीवर स्वीकारणे अतिशय भयप्रद आहे; इतका तो स्फोटक, ताकदवान आहे.

रेवती ही लहानपणापासून आक्रमक आणि काहीशी अविचारी आहे. सुविद्य, सुसंस्कृत, संयमी आईवडिलांच्या पोटी जन्मलेल्या मुलीचे हे स्वभावविशेष घरातील वातावरणाशी विसंगत असेच आहेत. परंतु रेवती म्हणजे एक उत्स्फूर्त, अनियंत्रित, अनिर्देश शक्ती/ऊर्जा आहे. तिची आक्रमकता ही तिची जन्मजात देणगी आहे. या देणगीसह ती आपले आयुष्य कसे जगणार आहे?

आपल्या नैसर्गिक संवेदनशीलतेने तिला हे फार लवकर जाणवले की, ही आक्रमकता समाजाला पटणारी नाही. एका बाजूला ती व्हायला

बघतेय आपल्या आईसारखी, परंतु आईचा स्वभाव हा तिचा मूळ स्वभाव नाही. दुसऱ्या बाजूला ती दुस्वास करतेय आपल्या आजीचा. जिच्या स्वभावाशी तिचे साधर्म्य पुष्कळ आहे. त्या अर्थाने तिची आजी तिच्याच स्वभावाचे असे कप्पे दर्शवते जे तिला आपल्या आयुष्यातून हद्दपार करायचे आहेत. आपण जे आहोत ते खतम करून दुसरीच कोणी व्यक्ती बनण्याचा हा अंत:संघर्ष तिच्या स्वप्नात प्रतीत होत आहे.

आपल्या व्यक्तिमत्त्वाचा असह्य झालेला भाग कापून काढून त्याचे तुकडे भोकात टाकून लपविण्याचा तर ती प्रयत्न करीत नाही ना?

रेवतीला Mere Sol या औषधाने पूर्णपणे बरे केले. ते औषध, स्वप्ने ही निव्वळ लक्षणे म्हणून लक्षणकोषात बघितले तरीही मिळू शकते. पण स्वप्नांच्या मदतीने मनाचा इतका सखोल अभ्यास केला आणि समोरच्या पेशंटला एक व्यक्ती म्हणून पूर्णपणे समजावून घेतले, तर मिळणारे आंतरिक समाधान काही वेगळेच.

समारोप

स्वप्नांचा अर्थ लावण्याचा हा अजून एक वेगळा प्रयत्न. कोणाला पटेल, कोणाला नाही पटणार. परंतु मानवी मन समजणे हे नुसते गणिती अथवा शास्त्रीय काम नाही. त्यासाठी कठोर विश्लेषणाच्या जोडीला तरल संवेदनशीलता हवी. शास्त्रशुद्ध पुराव्याला संयमित कल्पनाशक्तीची जोड हवी.

*(**टीप** - लेखांत पेशंट्सची मूळ नावे बदलली आहेत.)*

◆

माझं लहानपण एखाद्या दु:स्वप्नासारखे होतं. बापानं घराकडे पाठ फिरवलेली आणि आई काही कंबर कसून उभी राहणाऱ्यांपैकी नव्हती. उत्पन्नाचा कोणताही निश्चित स्रोत शिल्लक नसल्याने घरातील भांडीकुंडी, गाण्याच्या तबकड्या आणि रेकॉर्ड प्लेअर मोडीच्या भावात विकायला चाललेले मी बघत होतो. एका पाच-सहा वर्षांच्या मुलाच्या अंगावर अवघं मला तसाच झोपेत सोडून ती कामावर गेली. मोठा भाऊ शाळेतून आला, दप्तर टाकून जेवण करून खेळायला गेला. मी तापामध्ये कसली कसली स्वप्नं पाहात, बरळत, तळमळत होतो. पाणी... पाणी म्हणून घसा सुकून गेलेला... एक माणूस जिवाच्या आकांतानं ओरडत धावतोय आणि दुसरा एकजण हातात नंगा सुरा घेऊन त्याचा पाठलाग करतोय... गल्लीत

पिंपळपान

टी. एन. परदेशी

आयुष्य हिंस्र श्वापदासारखं धावून येत होतं. मी जागेपणीही भेदरलेला असे.

एका धूसर संध्याकाळी आई जिनिंग मिलमधून कामावरून परत आली. तिचा सारा चेहरा आणि केस कापसाच्या तंतूंनी भरून गेलेले. संध्याकाळच्या धूसर उजेडात तिची ती अवस्था पाहून मी रडवेला झालो. पहाटे पहाटे आईचा चेहरा स्वप्नात आला आणि मी तापलो. ते आईच्या ध्यानात आलं नाही. खेळत असताना माझ्यासमोर घडलेली ती घटना माझ्या स्वप्नात येत होती. घराला लागून असलेलं इदगा मैदान माझ्या स्वप्नात विस्तीर्ण होत होत दूरवर पसरत चाललं होतं... त्यावर मी एकटाच फिरत होतो, मला घर दिसून येत नव्हतं आणि त्याकडे जाणारा रस्ताही सापडत नव्हता. स्वप्नात पतंग होता, काळ्या रंगाचा आणि एक जुन्या टायरची चकरी, जिच्याशी खेळत खेळत मी दूरवर चाललो

होतो. पावसाळ्यात इदग्याच्या भिंतीमागच्या हिरवळीवर सापडणारा लाल मखमली किडा... स्वप्नात मी त्याच्याशी खेळत होतो.

संध्याकाळी कधीतरी बार्शीची मोठी बहीण अचानक आली. लोटलेलं दार उघडलं. मी सारा जीव एकवटून पाणी मागितलं. तिनं मला मांडीवर घेतलं... मला ते सारं अजूनही लख्ख आठवतंय, त्या चित्रविचित्र स्वप्नांसह!

त्यानंतरच्या जरा वाढत्या वयात माझ्याकडे थोरल्या भावाकडून आलेली काही मोजकी जुनाट खेळणी होती. त्यात अल्युमिनियमचं भरीव आणि रेखीव असं एक विमान होतं. वीतभर लांबीच्या त्या विमानावर निळ्या आणि लालसर रंगांचे काही अवशेष होते. त्या जडसर विमानास चाकं नव्हती आणि ते काही हवेत उडवायचं खेळणं नव्हतं. मी किशोरवयात गेल्यावर ते खेळणं माझ्या भाचेमंडळींकडे हस्तांतरित झालं. पुढे गावही बदललं आणि दहावी, अकरावीत असताना जेव्हा अशा खेळण्यांविषयी काहीही आकर्षण राहिलेले नव्हते तेव्हा ते विमान माझ्या स्वप्नात येऊ लागले. टेक ऑफ स्थितीत नाक वर करून निघालेले ते माझ्या स्वप्नातले विमान वर वर झेपावत उंच उंच आकाशात चाललेले असे. मी जणू काही अदृश्यरूपाने त्याच्याबरोबरीने उडत असायचो. त्या विलक्षण शर्यतीनं थकायला झालं की मी जागा होत असे. जेव्हा मला वयात येण्याचे सर्व अर्थ स्पष्ट होऊ लागले होते त्या दिवसात मी त्या विमानाच्या सोबतीनं उडण्याचं बालिश स्वप्न पाहात होतो! काही दिवसांनंतर ते स्वप्न थांबले. आता माझी पन्नाशी उलटून गेली आणि अजूनही विमानात बसण्याचा योग काही आलेला नाही. परंतु पस्तीस वर्षांपूर्वीच्या त्या स्वप्नांमध्ये मात्र मी विमानाबाहेर राहून विमानाच्या उड्डाणाची आणि त्याच्या विलक्षण वेगाची झिंग नक्कीच अनुभवली आहे. माझ्या नेमक्या कोणत्या भावना त्यावेळी त्या स्वप्नांमध्ये विमानाचं प्रतीक धारण करून येत होत्या हे मला उमजलेलं नाही.

सर्वात सुंदर स्वप्नं पडतात ती तारुण्यात! यौवन हेच एक नितांत सुंदर स्वप्न असते. सर्वच जगणं कसं शुद्ध आणि निर्मळ असतं. त्या दिवसाच्या आठवणी मोरपिसाचा स्पर्श धारण करून येत असतात... माझ्या घरात बैठकीच्या खिडकीशी मी काहीतरी वाचत किंवा लिहित

बसलेला असे. रस्त्याच्या पलीकडील घरांमागे उभ्या असलेल्या उंच आणि डेरेदार पिंपळवृक्षाचं दर्शन सुखावणारं होतं. त्याच्या पालवीच्या सळसळीत मला कुणाच्यातरी चाहूलीचे भास होत असत. वसंतात त्याला फुटणाऱ्या लालसर पोपटी रंगाच्या नवतीच्या कोवळ्या पालवीत माझा जीव गुंतून राही. रात्री उशिरापर्यंत जागा असलेला मी खिडकीशी असलेल्या पलंगावर अंग टाकत असे. एकदा तो पिंपळच स्वप्नात आला. त्याच्या फांद्यांचा पिसारा वाढत वाढत माझ्या घराच्या खिडकीतून आत आला. त्याने मला घेरून टाकले. माझ्या सर्वांगास पिंपळाच्या फांद्या आणि नवतीची पालवी लगटून राहिली होती. सारीकडे पिंपळपानं.... कोवळी, लुसलुशीत आणि तजेलदार... आणि पानापानांस लाभलेला एकच एक विलोभनीय चेहरा, ज्याने माझे त्यावेळचे अवघे विश्व व्यापून टाकले होते, ज्याने माझ्या मनास यौवनाच्या अभिजात रस-गंधांचे आणि रूपाचे दान दिले होते... तसे रसरशीत स्वप्न मला पुन्हा कधी पडले नाही. दोन तपांहून अधिक काळ लोटला. पिंपळपानावरून पावसाचे थेंब ओघळून पडावेत तसे दिवस, महिने, ऋतू आणि वर्षांमागून वर्षे सरली. पहाटेच्या वेळी गवताच्या पात्यावर उतरलेल्या गरगरीत दवबिंदूसारखे ते दिवस! चढत्या उन्हाबरोबर विरून जाणाऱ्या दवबिंदूसारखेच ते दिवसही पाहाता पाहाता उडून गेले.. सत्तावीस नक्षत्रांतील तिसऱ्या हिश्श्याची पावसाची नऊ नक्षत्रंच खरी, ती वजा केली तर शून्य राहाते... तसे अवघ्या आयुष्यातून यौवन वजा झाले आणि ओंजळ कोरडी, रिकामी राहिली... तेवढे एक ते पिंपळपानाचे स्वप्न आहे साथीला म्हणून बरे!

त्या पिंपळाच्या झाडासारखाच एक चाफाही त्यावेळी माझ्या मनाचा ठाव घेऊन राहिला होता, नगरजवळील निजामकालीन चांदबीबीच्या महालाच्या डोंगरपायथ्याशी पूर्वदिशेच्या रस्त्याला लागून ते चाफ्याचे झाड अजूनही तसेच उभे आहे. त्या रस्त्याने जाता येता त्या झाडाची व माझी ओळख पटली. आडरानात उभ्या असलेल्या त्या झाडाचे व माझे मैत्र झाले... तेव्हा माझ्या प्रीतीला मूर्त स्वरूप येऊ पाहात होतं. मी माझ्या मनीचे उद्‌गार एका वहीत लिहून राहिलो होतो. त्या वहीत पिंपळाच्या व चाफ्याच्या त्या झाडांनी ठाण मांडले! उघड्या बोडक्या डोंगराच्या पार्श्वभूमीवरील निष्पर्ण अवस्थेतील अवघे एक फूल डोईवर

घेतलेले ते चाफ्याचे झाडच एकदा माझ्या स्वप्नात आले! हा चाफा आणि तो पिंपळ. याचे फूल आणि त्याचे पान... ही माझ्या प्रीतीची प्रतीकं होती!

झाले उदास उदास
काल दुपारपासून
साऱ्या अवतीभवती
– जडावले माझे मन

दारी वाजतो पिंपळ
गळे एक एक पान
हाती घेऊनिया झोळी
– उभे माझे पंचप्राण

सोनचाफ्याच्या झाडाची
तिने सांगितली खूण
माझ्या ओठांना झोंबते
– तिच्या माथ्याचे गोंदण

त्या काळातील माझी स्वप्नांची दुनिया किती बहरलेली होती! ती स्वप्नंच होती. ते आभास नव्हते. ती दिवास्वप्नंही नव्हती. उत्तररात्रीच्या निद्रावस्थेतील ती खरोखरची स्वप्नं होती. त्या स्वप्नांच्या रात्री किती आल्हाददायक होत्या! माझे तरुण मन त्या स्वप्नांमुळे परिपुष्ट होत होते. प्रसन्न आणि प्रफुल्लित होत होते. सारे आयुष्यच किती ताजेतवाने होते. मी कवितेतच जगत होतो व खूप खूप लिहीत होतो. आत्ममग्न संवादाची पानामागून पानं लिहिली जात होती. त्या काळात मी खूप लिहिलं, खूप स्वप्नं पाहिली; पण कविता आणि स्वप्न हा योग खऱ्या अर्थानं फक्त एकदाच जुळून आला... त्या स्वप्नात माझ्या हाती होते, ते गोरेपान सुडौल हात. मी त्यांच्या आरक्त गुलाबी तळव्यावर कविता लिहून राहिलो होतो. अचानक माझ्या हातून स्वत:चे हात अलगद सोडवून अंतर्धान पावल्यासारखी ती निघून गेली... मेंदीच्या नक्षीसारख्या कवितेच्या अक्षरांनी भरलेले तळहात घेऊन ती गेली आणि अचानक परत आली. सुस्नात, पाठीवर घनदाट ओलसर केशसंभार घेऊन... तिने आपले तळहात मला दाखवले...मी लिहिलेले सारे शब्द पुसून

गेलेल असतात....

तळहात तुझे
कोमल ओले नवजात....

या शब्दांची आवर्तने घेतच मी जागा झालो आणि स्वप्नातील कविता कागदावर उतरली...

मध्यरात्रीच्या गर्भचांदणी पंखाखाली
तुझे सळसळते हात
गहिवरल्या डोळ्यात उतरले उल्केचे बिंब
ओलावल्या दृष्टीत मिसळला गाभूळ आसमंत

कागदाअभावी, त्या विपुल एकांतात
व्याकूळ लेखणी शब्दांना– तुझ्या आतुरल्या रेषा
लिहिण्यास कविता मला लाभले
तुझे नवे तळहात...

क्षितिज जागण्याआधी
येतेस तू न्हाऊन
कृष्णशार बटा सुकवित
तु पुन्हा कुमारी
तळहात तुझे
कोमल ओले नवजात...

तजेल नवखे पान जसे की मोरपिसाच्या प्रतीक्षेत
विरून गेल्या शब्दांचे
पुसून गेल्या कवितेचे
विशेष नसते मनात सखे गे!
खोल पुन्हा एक बिंब
सलू लागते आतल्या आत!

त्याकाळी माझ्या मनास जणू अगम्य आणि अतर्क्य यांचे पिसे

लागले होते. ते सतत स्वप्नांकडे धाव घेत होते. त्या तरलतम अवस्थेत ते स्वप्नांच्याही पल्याड जाऊन निर्मळ आनंदात न्हाऊन निघत होते. स्वप्नांच्या पलीकडील त्या अवस्थेस काय म्हणावे? तुर्यावस्था! जागृती, निद्रा, स्वप्न अशा तीन अवस्थांनंतरची असते ती तुर्यावस्था! तिच्यात फक्त आनंद आणि आनंदच ओतप्रोत भरून राहिलेला असतो. ही तुर्यावस्था भोगायची तर आधी मनाचा भाव उत्कट पाहिजे. जो उत्कट होऊ शकतो तोच स्वप्नांच्या रस्त्यावरून सहजतेने तुर्यावस्थेत जाऊ शकतो! मात्र त्याआधी स्वप्नात जाता आलं पाहिजे. स्वप्नात राहून जगता आलं पाहिजे. स्वप्न ही तुर्यावस्थेकडे जाणाऱ्या सोपानाची शेवटची पायरी आहे!

यौवनातील त्या प्रीतिस्वप्नांआधी सतरा-अठराच्या वयात माझ्या स्वप्नात एक स्त्री येत असे. ती मला वेरूळच्या कैलास मंदिरात घेऊन जात असे... या लेण्याने माझ्या लहानपणापासून म्हणजे ते मी वयाच्या दहाव्या वर्षी पहिल्यांदा पाहिले तेव्हापासून माझ्या मनावर गारूड केले आहे. जगातील सर्वात सुंदर व पवित्र स्थळ अशी माझ्या मनात त्याची प्रतिमा आहे... लेण्या-गुहामंदिरांमधील एखाद्या नर्तिकेची मूर्तीच जिवंत होऊन यावी अशी ती माझ्या स्वप्नातील स्त्री दिसे. हळुवार पदन्यास करत चालत राहाणारी ती व तिच्या नुपुरांच्या आवाजामागे भारावल्यागत तिच्या पाठोपाठ मी कैलासमंदिरात फिरत राही. ती अचानक दिसेनाशी व्हायची आणि स्वप्न भंगायचे. प्रत्यक्षात मी कैलासमंदिरात अनेकदा गेलेलो आहे. तेथे खूप फिरलो आहे, तासन् तास एकट्याने बसून राहिलो आहे. तेथे गेलो की मला नेहमीच काहीतरी गूढ असे जाणवत राहाते. मनाला एक प्राचीन स्पर्श होत राहातो. तीस वर्षांपूर्वी एका पौर्णिमेच्या मध्यरात्री एक शुभ्र वस्त्रधारिणी स्त्री मला कैलासाच्या डोंगरमाथ्यावरील निर्जन शांततेत दिसली होती. स्वप्न आणि सत्य यांच्या सीमेवरचं ते अद्‌भुतरम्य दृश्य माझ्या स्मृतिकोषांमध्ये अजूनही ताजे राहिले आहे. मला स्वप्नांमध्ये दर्शन देणारी स्त्रीच मला त्या रात्री प्रत्यक्षात दिसली होती काय? आता तिचे स्वप्नात येणे दुर्मिळ झाले आहे. ती येते पण फारच क्वचित. आली तर तसाच पूर्वीसारखा मी तिच्या नूपुरांच्या ध्वनीसंगे कैलासात फिरत राहातो. त्यावेळी माझा वर्तमान माझ्या शतकांपूर्वीच्या भूतकाळाशी

काही संवाद साधत असतो काय?

स्त्री! स्त्रीने जेवढा गोंधळ पुरुषांच्या स्वप्नात घातलेला आहे तेवढा तो स्त्रीच्या स्वप्नात पुरुषाने घातलेला नाही. कामवासनेच्या बाबतीत स्त्री अंतर्मुखी तर पुरुष बहिर्मुखी, त्यामुळे त्याच्या स्वप्नांची दुनिया, विशेषत: तारुण्यातील– स्त्रीने व्यापून टाकलेली आहे! अविवाहित तरुणांच्या स्वप्नात तर स्त्रीचा अगदी धुडगूसच असतो! ही धग पुरुषाला जागेपणीपेक्षा स्वप्नात अनेकदा असह्य होते त्यामुळेच स्वप्नदोषाचा डाग फक्त पुरुषालाच लागून राहिला आहे. तारुण्याच्या त्या उन्मादी स्वप्नांचा सर्वांनाच त्रास होतो!

हेमामालिनी, मौसमी चटर्जी, लीना, रेखा, झीनत आणि बबीता या माझ्या समवयस्क – माझ्या पिढीच्या नट्या. 'सावनभादो'तील रेखा म्हणजे अगदी कहर होता. मात्र या बायांनी मला कधी स्वप्नातही त्रास दिला नाही. त्रास दिला तो माझ्या आधीच्या पिढीच्या वैजयंतीमाला, शर्मिला, साधना व आशा पारेख अशा नटमोगऱ्यांनी! मला स्वप्नात सर्वात जास्त छळलं ते माझ्यापेक्षा वीसेक वर्षांनी मोठी असणाऱ्या मधुबालानं! ती माझ्या संवेदनांना हळुवार स्पर्श करत असे. एकदा झालं असं की तिचा 'बरसात की रात' लागल्याचं समजलं. ही एकोणसत्तर सालातली गोष्ट असावी. राज्य हेमामालिनीचं सुरू झालं असलं तरी 'रुलाके गया सपनाऽ मेरा...' म्हणणारी उताराकडे झुकलेली वैजयंतीमालाही वर्तमान सांभाळून होती. त्यामानाने मधुबालाची त्या काळातल्या चालू जमान्यावर कोठेही मुद्रा राहिलेली नव्हती. ती मृत्यूशय्येवर होती आणि किशोर तिची सेवा करून राहिला होता. तिच्यापायी त्यानं स्वत:लाही झाकून टाकलं होतं. कोठेतरी तिच्या आजारपणाविषयी चार ओळी छापून येण्यापलीकडे तिच्या वर्तमानाची दखल कोणी घेत नव्हतं. मात्र रसिकमनावर तिच्या भूतकाळाचं अधिराज्य होतं! तिच्या दु:खदायक वर्तमानास विसरून माणसं तिच्या भूतकाळातील अभिजात सौंदर्यावर व मनमोहक अदाकारीवर लुब्ध होऊन राहिली होती. मीही त्यांच्यातलाच असल्यानं त्या संध्याकाळी सारी कामं सोडून 'बरसात की रात' हा पिक्चर मी सहा ते नऊ आणि पुन्हा नऊ ते बारा असा लागोपाठ दोनदा पाहिला. रात्री खोलीवर येऊन अंग टाकलं. दिवसभराच्या थकव्याने आलेली गाढ निद्रा आणि त्यानंतर

मधुबालाचं उत्कट स्वप्न! पुन्हा पहाटेच्या स्वप्नात तिचे लोभस दर्शन... सकाळी माझी अवस्था एखाद्या स्वच्छंदी पाखरासारखी होती. कॉलेजात ऑफ पिरियडच्या वेळी लायब्ररीत जाऊन पेपर चाळू लागलो. पेपरडेस्कवरील महाराष्ट्र टाइम्सच्या दर्शनी पानावर उजव्या कोपऱ्यात मुधबालाचं छायाचित्र आणि तिच्या निधनाची बातमी! मी सुन्न झालो. पहिल्या मजल्यावरील लायब्ररी हॉलच्या खिडकीतून दिसणाऱ्या आकाशाच्या तुकड्याकडे ओलावल्या नजरेनं बघत मी स्तब्ध उभा... मी तिच्या स्वप्नांच्या धुंदीत असताना तिच्या निधनाची ती बातमी माझ्या मनावर विलक्षण आघात करून गेली. त्यामुळेच त्या रात्रीच्या स्वप्नांना माझ्या मनी अंतरी खूप गहिरे रंग प्राप्त झाले आहेत. माझ्या मनावर त्या स्वप्नांचा एक कायमचा ठसा उमटून राहिला आहे. त्यानंतर पुन्हा कधी मधुबाला स्वप्नात आली नाही. म्हणूनच ते शेवटचे स्वप्न पुस्तकात सांभाळलेल्या जुन्या पिंपळपानाचे रूप घेऊन राहिले आहे.

यौवनातील प्रेमाची सारी स्वप्नं, स्वप्नंच राहिली, ती वास्तवात काही उतरली नाहीत. गणिताची मांडणी चुकली. गणित बरोबर आलं की पैकीच्या पैकी गुण मिळतात, नाहीतर पदरात पडते शून्य! असं शून्य पदरात आलं आणि त्या वर्ष दोन वर्षातील प्रीतीच्या स्पंदनांचं शब्दरूप 'अग्नये स्वाहा' झालं. त्या दोन-तीन वह्यांमध्ये निसर्गातील ऋतुबदलांचे विविध रंग होते. अतिशय उत्कट असं ते ललितगद्य होतं. ती प्रीतीची पत्रं अगदी जगावेगळी अनोखी अशी होती. त्यात कितीतरी कविताही होत्या. ते सारं शांतपणानं मी अग्नीला अर्पण केलं... नंतर काही काळानं अचानकपणे पुन्हा पत्रांचा ओघ सुरू झाला! पहिलं प्रेम कधीच मरत नाही. दुसरं आणि तिसरं असं प्रेम नसतंच कधी. असलं तर पहिलं नाहीतर काहीच नसतं आयुष्यात. ते मनाच्या डोहात खोल रुतून बसलेलं असतं. पुन्हा उसळी घेऊन ते मनाच्या पृष्ठभागावर येतं आणि शांतपणे पुन्हा मनडोहाचा ठाव गाठतं. तसंच तेव्हाही झालं आणि पुन्हा एकदा पहिलं पत्र आलं. त्यापाठोपाठ दुसरं. त्या काळी मला कवितेचे पिसे लागलेले होते. तो चार-पाच वर्षांचा काळ! कविता कशी आतून बहरून येत होती. त्यात भरीला भर ती पत्रं येऊ लागली. आठ-पंधरा दिवसांनी किंवा कधी महिन्याच्या अंतराने. पोस्टाच्या पिवळसर रंगाच्या पाकिटात वहीची चारदोन पानं असायची. जगण्याला

आधार बनून राहायची... काळाचे असेच तुकडे असतात. ते वेचत वेचत आपण पुढे जात असतो. कालचे भारावलेपण कालच्यापुरते सत्य असते... सर्वस्व असते. पत्र आले नाही तर मी अगदी व्याकूळ व्हावे. एकदा असेच झाले. खूप दिवसांपासून पत्र नव्हते. हातात घण घेऊन डोंगराचा कातळ फोडणं परवडलं...त्याहून अधिक श्रम होतात ते व्याकुळतेपायी! ... गाणी आणि गझला, जोडीला फेसाळणारा पेला. 'तुम आ गए हो नूर आ गया है' अशी गाणी ऐकत ऐकत मध्यरात्र उलटून गेल्यावर अवघ्या देहात ठसठसणारी वेदना घेऊन मी केव्हातरी निद्राधीन झालो... पहाटे पहाटे माझ्या हाती ते पत्र आलं, ज्याची मी कित्येक दिवसांपासून प्रतीक्षा करत होतो. स्वप्नातले ते पत्र वाचत वाचतच मी जागा झालो. त्या दिवसाची सुरुवात अशी आनंददायक झाली होती. सकाळीच दौऱ्यावर पळावं लागलं. दिवसभराच्या कामात व परतीच्या प्रवासात नजरेसमोर होतं स्वप्नातले ते पत्र! घरी आलो तर खरंच स्वप्नातला तो लिफाफा माझी वाट बघत होता! माझ्या माघारी दुपारच्या वेळेस पोस्टमनने पत्र आणून दिलं होतं. स्वप्न आणि वास्तव यांची अशी ही अविश्वसनीय एकरूपता! अशा घटनांमुळे आयुष्य अत्तराच्या पेटीसारखे दरवळत राहाते.

संदर्भ असतील तरच स्नेहसुगंधाची बात खरी. अनेकदा संदर्भहीन अशी स्वप्नं पडतात. जुजबी ओळखीपाळखीचे कोणीतरी स्वप्नात येते... स्पष्ट अशा दृश्य मालिकांमधून निव्वळ फँटसी अनुभवाला येत असते. मनास तेवढ्यापुरता आनंदाचा भोग लाभत असतो. जाग येताच त्या स्वप्नाची अवास्तवता जाणवते. मात्र तरीही त्यातील सुखद अनुभूती मनात उरतेच. बराच काळापर्यंत ती मनास रमवत असते. हळूहळू तिचा विसर पडतो. कधी सारे काही धूसर व अमूर्त असते. काहीतरी जाणवते पण नक्की काय ते उमजत नाही. कधी सारे स्वप्न अगदी स्पष्ट असले तरी अगदी निरर्थक अशा कसलाही आगापिछा नसलेल्या प्रसंगांची मालिका आपण बघत असतो. स्वप्नं रोज पडत असली पाहिजेत. स्वप्न हा मनाचा व्यायाम. व्यायाम आहे की खेळ? या दोन्ही संकल्पनांची शक्यता तर आहेच पण त्या पलीकडेही काहीतरी अगम्य असं आहे. हा लेख लिहायला सांगितल्यापासून गेल्या चाळीस-पन्नास दिवसातील स्वप्नांची मी मुद्दाम नोंद ठेवली.

स्वप्न पडलं हे जाणवलं पण जाग आल्यावर त्यातील काहीच आठवणीत राहिलं नाही अशी स्वप्नं दहा-बारा तरी आहेत. चार-पाच स्वप्नं जाग आल्यावरही आठवली. त्यातील व्यक्ती काही ओळखीच्या काही अनोळखी. एक स्वप्न वगळता बाकी सारी तशी निरर्थकच. ज्यास थोडाफार अर्थ आहे तेही स्वप्न काही काळानंतर पुसून जाईल. आयुष्यात फार थोडी स्वप्नं कायमची स्मरणात राहातात. बाकीच्या साऱ्या स्वप्नांना आपला मेंदू स्मृतिपटलावरून कायमचे पुसून मनाची पाटी पुन्हा नवीन स्वप्नांसाठी कोरी करून ठेवत असला पाहिजे. म्हणूनच आपल्या स्मृतिकोषात कायमची बंदिस्त होऊन राहिलेली स्वप्नं मग ती भली असोत वा बुरी, आपल्या आयुष्याचा ठेवा बनून राहिलेली असतात. त्यातील दृष्टान्तासारखी आणि वास्तवाशी निगडित अशी स्वप्नं तर अधिकच महत्त्व धारण करून राहातात.

स्वप्न आणि वास्तव यांची अशीच थक्क करून टाकणारी चमत्कारिक सांगड एकदा अनुभवली ती त्र्याऐंशी सालच्या डिसेंबरात. त्यावेळी मी काही मित्रांबरोबर दक्षिण भारताच्या प्रवासास गेलो होतो. आम्ही सर्वजण ऐन तारुण्यात असल्यानं मोठ्याच उत्साहात होतो. चालता चालता पेट्रोल पंपावर, धाब्यावर मिळेल त्या हॉटेलमध्ये किंवा धर्मशाळेत चार-दोन तास झोपून पुन्हा प्रवासास निघत होतो. जास्तीत जास्त ठिकाणांना भेटी द्यायच्या म्हणून रात्रीचा दिवस करत होतो. महाबलीपुरमच्या आगेमागे आम्हाला चक्रीवादळाने झोपडले तरी आम्ही थांबलो नाही. तिथून संध्याकाळनंतर आम्ही तिरुपतीकडे निघालो. मधूनच धो धो कोसळणारा पाऊस व गारठून टाकणारे वारे यांची पर्वा न करता आमच्याच वयाचा व आमच्याहूनही अधिक उत्साही असणारा ड्रायव्हर रात्रीच्या गडद अंधारात सफाईनं रस्ता कापत होता. मध्यरात्रीच्या सुमारास तो ओरडला, "पहा, पहा तो तिरुपतीचा डोंगर!" झोपेच्या ग्लानीत असणाऱ्या आमच्या चमूचे डोळे उघडले. पेंगुळल्या नजरेने मी समोर पाहिले. माझा माझ्यावर विश्वास बसेना. जे दिसत होते ते सत्य की स्वप्न हे उमजेना. जे दृश्य त्यावेळी माझ्यासमोर होते ते मी त्यापूर्वी पाच-सहा वर्षे वारंवार पडणाऱ्या माझ्या स्वप्नात बघून राहिलो होतो. तेच आणि अगदी तसेच दृश्य. ज्यातून सोनेरी प्रकाश बाहेर पडतोय असा एक पर्वत मला स्वप्नात दिसत असे. माझे ते स्वप्न

प्रत्यक्षात येऊन माझ्यासमोर उभे होते! गर्द काळोखात उठून दिसणारे ते दृश्य खूप मनोहारी होते. एखाद्या देवतेच्या मुखाभोवती दिसणाऱ्या प्रभामंडळासारखी तेजस्वी आभा त्या पहाडाच्या वरच्या अंगानं सर्वत्र पसरून राहिली होती. वीसेक वर्षांपूर्वी नगरसारख्या शहरात सोडियम व्हेपर दिव्यांचा वापर क्वचितच होत असल्याने त्या सोनेरी प्रकाशाचं रहस्य पहाडावर गेल्याशिवाय आमच्या ध्यानी आले नाही. तिरुपतीच्या पहाडाची उंची व तेथील उंचसखल भागामुळे आम्हाला लांब अंतरावरून त्यावरील दिवे दिसत नव्हते. नुसता दाटून राहिलेला प्रकाशच दिसत होता. त्यामुळे ते दृश्य मनावर मोहिनी घालून राहिले होते खरे! माझ्या स्वप्नांच्या पार्श्वभूमीमुळे माझ्यापुरते त्याने एका चमत्काराचे रूप धारण केलेले होते... सर्वच प्राचीन मंदिरं आणि लेणी यांच्या ठायी माझी श्रद्धा आहे, विलक्षण ओढीने मी तेथे खेचला जातो, माझे मन तेथे रमते. तिरुपतीच्या मंदिराविषयी अशीच सर्वसाधारण ओढ व जिज्ञासा माझ्या मनात होती. परंतु बालाजी माझे आराध्य दैवत नव्हते किंवा माझ्या दैनंदिन उपासनेत या दैवताची पूजाही नव्हती. तिरुपतीला जायचंय पण जाणे होत नाही अशीही मनाची अवस्था नव्हती. माझ्या मनावर या स्थानाविषयी बालपणापासून उमटलेली कोणतीही मुद्रा नव्हती ना मनीध्यानी काही हुरहूर. असे असताना ज्यास दृष्टान्त म्हणावे तसा अनुभव त्या रात्री मला आला होता. माझ्या आसपास दरवर्षी नित्यनेमाने बालाजीस जाणारी माणसं आहेत. त्यांच्यासवे पुन्हा बालाजीस जावे असे वाटले तरीही त्यानंतर आजतागायत पुन्हा मी तिरुपतीस गेलेलो नाही व तसे स्वप्नही पुन्हा पडलेले नाही. मात्र त्या रात्री माझे स्वप्न प्रत्यक्ष दृश्य रूपात दिसण्यापूर्वी वारंवार पाहाणाऱ्या त्या स्वप्नाचा अर्थ मी माझ्यापरीने शोधून राहिलो होतो. देवस्थानं किंवा वस्ती असल्यानं ज्या डोंगरांवर रात्रीच्यावेळी विजेचे दिवे पेटतात अशा ठिकाणांजवळून प्रवासात जाता येता मी माझे स्वप्न त्या दृश्याशी पडताळून पाहात असे. तरुण वयापासून माझ्या मनास नाथपंथाचं आकर्षण असल्यानं नाथांच्या कथेतील सोन्याच्या डोंगराचा संदर्भ माझ्या स्वप्नास मी देऊ पाहात होतो. नगरच्या परिसरातील गर्भगिरीच्या रांगेत असणारा हा डोंगर मी लहानपणापासून बघत असल्याने माझा तो तर्क अधिकाधिक गडद होत चालला होता. परंतु

त्या तर्कास छेद देऊन सत्य थांबले ते तिरुपतीच्या डोंगराशी!

स्वप्न आणि वास्तव यातील सीमारेषा पुसून टाकणारा असाच एक अनुभव माझ्या आईला पडलेल्या एका स्वप्नाचा आहे. सत्तर सालच्या जून महिन्यातील एक पावसाळी रात्र. श्रीरामपूरला कुडाच्या भिंती असलेल्या एका बैठ्या चाळीत आमचं बिऱ्हाड होतं. पुढच्या खोलीत मी व माझी आई झोपलो होतो. भल्या पहाटे तिनं उठून दार उघडलं, कोणाशी तरी बोलली त्यामुळे माझी झोप चाळवली गेली पण मी कूस बदलून पुन्हा झोपलो. पाच-साडेपाचच्या सुमारास मात्र नेहमीप्रमाणे जागा झाल्यावर जाणवलं की आई बसून आहे. ती म्हणाली की, "दीपक माझ्या स्वप्नात आला होता. तेव्हापासून मी जागीच आहे. त्यानं मला हाक मारली. मी उठून खरंच दार उघडलं. पोरगं असं दारात उभं... तोच गायब झालं. असलं कसलं स्वप्न, काही समजत नाही..." दीपक हा माझ्या नगरच्या मामांचा मुलगा, ते एस.टी.त नोकरीला होते व माझा भाऊही एस.टी. तच होता. आम्ही आईच्या स्वप्नाची गोष्ट ऐकून आपापल्या उद्योगाला लागतोय तोच सूर्योदयाच्या सुमारास एस.टी. डेपोतील एक कर्मचारी नगरहून आलेल्या फोनचा निरोप घेऊन आला. दीपकचं आकस्मिक निधन झाल्याची बातमी होती. ती ऐकताच आईनं हंबरडा फोडला. जाता जाता दीपक मला भेटून गेला असं ती म्हणू लागली. क्रिकेट खेळताना पायाच्या अंगठ्याला झालेल्या जखमेत सेप्टिक होऊन ते धनुर्वातावर गेले आणि काय होतेय ते समजण्याआधीच त्या सोळा वर्षाच्या मुलाचे निधन झाले होते. चक्रावून टाकणारी गोष्ट अशी की ज्यावेळी त्याने प्राण सोडले त्याच सुमारास तो आपल्या आत्येच्या स्वप्नात आला होता. त्या स्वप्नातले भास इतके तीव्र होते की त्याची स्वप्नातील हाक ऐकून आईनं खरोखरच घराचे दारही उघडले होते. चमत्कारिक स्वप्नांचा विषय कोठेही निघाला की मला माझ्या आईचे ते स्वप्न हमखास आठवते.

इंजिनिअरिंग डिप्लोमाच्या शेवटच्या वर्षाची जी परीक्षा मी सत्तर साली विशेष श्रेणीत पास झालो, त्या परीक्षेत नापास होत असल्याचं एक विचित्र भीतिदायक स्वप्न मला थेट नव्वद सालच्या आसपास पडलं. पुढे चार-सहा महिन्यांच्या अंतराने पुन्हा पुन्हा बराच काळपर्यंत ते येत राहिलं. मी परीक्षेचे पेपर लिहितोय अशा प्रसंगानं सुरू झालेल्या

त्या स्वप्नात माझ्या मनावर हळूहळू ताण येत असे. प्रश्न समजायचे नाहीत, उत्तरं आठवायची नाहीत. भीतीनं श्वास कोंडून गेल्यासारखा होत असे. मोठ्यानं ओरडावसं वाटे. शेवटी खूप घुसमटलेल्या अवस्थेत कधी कधी ओरडत मी जागा होई. स्वप्नात भेदरून गेलेला मी जागा झाल्यावरही बराच काळ त्याच अवस्थेत असे. माझ्या छातीतील धडधड वाढलेली असे. वयाच्या चाळीशीतील माझ्या अंतर्मनात खूप खोलवर, मी जीवनाच्या परीक्षेत नापास झालोय अशी काही खदखद होती काय? काहीच सांगता येत नाही. त्या स्वप्नाचा कार्यकारणभाव मला नेमका असा शोधूनही सापडला नाही. मात्र मला मुळापासून हादरवून टाकणारी व जिच्यामुळे माझ्या सर्व आयुष्याची गणितं बदलली, जिनं माझ्यावर खूप दूरगामी परिणाम केले अशी एक घटना त्या काळात घडली. गंभीर स्वरूपाचा उपजत हृदयदोष घेऊन माझी मुलगी जन्मली. तिच्या आजारामुळं मी प्रचंड अस्वस्थ होऊन गेलो. तिच्या जन्माआधी सुरू झालेलं ते स्वप्न साधारणत: तिच्या ऑपरेशननंतर अचानकपणे थांबलं. मुलीच्या भविष्याच्या चिंतेनं मी अजूनही अस्वस्थ आहे मात्र ते स्वप्न आता येत नाही. आणि त्या स्वप्नाचा संबंध मुलीच्या आजाराशी होता असे जर म्हणावे तर ते तिच्या जन्माच्या आधीपासून कसे येत होते? ते काहीही असले तरी मुलीच्या आजारपणामुळं निर्माण झालेल्या माझ्या भावनिक आंदोलनाशी मी त्या स्वप्नाचा नेहमीच संबंध जोडत आलेलो आहे. तिच्या जन्माआधीही माझ्या आयुष्यात संकटांची मालिकाच होती. एक संपलं की दुसरं हजर अशी अवस्था. मुलाच्या व तिच्या जन्मामधल्या चार वर्षांचा कालखंड मात्र निर्विघ्नतेचा होता. आता आपले नष्टचर्य संपले, आता मनाप्रमाणे जगता येईल, काहीतरी चारचौघांसारखी प्रगती साधता येईल व तसे जमले नाही तरी ताणतणावरहित निश्चिंत आयुष्य जगता येईल असे वाटत होते. त्या निर्विघ्न कालखंडाच्या शेवटी शेवटी ते स्वप्न सुरू झाले तेव्हा मुलगी गर्भात होती. ते स्वप्न मला माझे भविष्य सांगत होते की काय...? मुलीच्या जन्मानंतर तिच्याविषयीची करुणा एकीकडे व दुसरीकडे तिच्या आजारामुळं निर्माण झालेल्या व्यावहारिक विवंचना व काळज्या यामुळं मी पिचून जात होतो.... अशा अवस्थेत ते स्वप्न मला पुन्हा पुन्हा छळून राहिले होते!

त्यापूर्वी ऐन पंचविशीच्या वयात असंच एक घाबरवून टाकणारं स्वप्न मला पुन्हा पुन्हा पडत होतं. माझ्या छातीवर बसून कोणीतरी माझा गळा दाबतंय असं ते स्वप्न असे. त्यातून सुटण्यासाठी मी जिवाच्या आकांतानं ओरडू पाहात असे, परंतु माझा आवाज आतल्या आत घुसमटत राही. शेवटी खूप प्रयासांनी माझा विव्हळल्यासारखा आवाज एकदाचा बाहेर पडायचा. माझी ती स्थिती आईच्या लक्षात आल्यानं काळजीत पडून तिने तिच्यापरीने सारे उपाय केले. नवससायास... देवदेवस्की आणि शेवटी अंगारे, धुपारे, उतारे असंही काहीबाही तिनं केलं. स्वप्न काही थांबलं नाही. प्रत्यक्षात त्या काळी माझ्या मनावर कसलेही ओझे नव्हते. चिंता व ताणतणाव नव्हते. मला चांगली नोकरी लागल्यानं माझ्या जीवनातील मोठीच कोंडी फुटली होती. एखाद्या स्प्रिंगच्या खेळण्यास पूर्ण चावी देऊन ती सोडताच ते जसे खूप जलदतेने हालचाली करते तसे त्यावेळी माझ्याबाबतीत घडून राहिले होते. नोकरीमुळे मी स्वतंत्र झालो होतो. बालपणापासूनच अभावात्मक आयुष्य, कुटुंब कलहातील कटू अनुभव, आर्थिक व मानसिक ताणतणाव सारे काही अचानकपणे भूतकाळात जमा झाले होते. मी अगदी मनमोकळे, आनंदी व उन्मुक्त जीवन जगून राहिलो होतो. माझे मद्याशी मैत्र जुळून आले होते. दारू माझी जिवलग दोस्त बनून राहिली होती. बालपणापासूनचे सारे ताणतणाव मोकळे होत होते. मी खरंच खूप खूप आनंदी होतो. एखाद्या दावं सुटलेल्या वासरासारखा शेपटी उंचावत उंडारत होतो. मदमस्त होतो. अशावेळी ते भीतिदायक स्वप्न माझा पाठलाग करून राहिले होते. मला त्याचा अर्थ समजत नव्हता. त्या स्वप्नातून माझी मी कशी सुटका करून घ्यावी हेही उमजत नव्हते... नंतर माझे सारे आयुष्य उद्ध्वस्त करणारा, माझ्या रसरशीत व तजेलदार तारुण्यावर तेजाब टाकणारा प्रसंग घडला. माझ्या विवाहसंबंधात घडून राहिलेल्या गोष्टी बिघडत गेल्या व माझे आयुष्य नासले. स्वप्नामध्ये माझी प्रचंड घुसमट करून माझा गळा दाबणारे हात जवळच्याच नातेवाईकांचे होते हे दिसून आले. त्यांचे खरे चेहरे उघडे पडले. माझ्या मातुलकुळातील या माणसांनी कोणत्या जन्मीचे वैर साधले होते कुणास ठाऊक? माझ्या निकटच्या भविष्यात घडणाऱ्या घटनाच ते स्वप्न जणू सूचकतेने व्यक्त करून राहिले होते. ती दुर्घटना

घडली आणि त्यानंतर सातत्याने पडणारे ते स्वप्न कायमचे थांबले!

त्याच दरम्यान आणखी एका स्वप्नानं मला भीती घालायला सुरुवात केली होती. माझ्या स्वप्नात नाग किंवा वेटोळं घातलेला सर्प येत असे. सर्वच सरपटणाऱ्या प्राण्यांविषयी माझ्या मनात भीती असून ती सापांविषयी जास्तच असल्याने मी त्या स्वप्नात अगदी भेदरून जायचो. त्यावर माझ्या एका मित्रानं मला एक धार्मिक उपाय सांगितला. ते काम माझ्या त्या वेळच्या सवयींच्या अगदी विरुद्ध होतं. संध्याकाळनंतर मला मद्याची ओढ लागून राहायची. या स्थितीत सलग सात-आठ दिवस एकाच ठिकाणी दोन-तीन तास संध्याकाळच्या वेळेस बसून ते धार्मिक काम करणे माझ्यासाठी अगदीच कठीण होते. त्यातच त्यावेळी माझ्यावर साम्यवादी विचारसरणीचा पगडा होता.

अशा परस्परविरोधी वैचारिक आंदोलनामध्ये असताना मी एका अनामिक ओढीनं मित्राची ती सूचना स्वीकारली. माझ्या सवयींपासून अगदी भिन्न असणारे सारे नियम कर्मठपणानं पाळत मी ते काम पार पाडले. योगायोग म्हणा किंवा आणखी काही, त्यानंतर ते नागाचे स्वप्न कायमचे थांबले. मी त्या घटनेकडे एक अनुभव म्हणून पाहातो. योग्य आणि आपल्या पचनी पडतील ते सर्व अनुभव उत्कटतेने घ्यावेत या मताचा मी आहे. अनुभवानीच मी विकसित झालो आहे. त्यामुळेच माझ्यातील लपलेले असे काही मला सापडले आहे. अंधारात चाचपडत असलेल्या मला अनेकवार योग्य दिशा मिळाली आहे. अनुभवानीच मला माझे श्रेयस मिळवून दिले आहे. वृत्तीनं अतिशय चिकित्सक असणारा मी तारुण्यातील उन्मादी दिवसातच हळूहळू अध्यात्माकडं झुकू लागलो होतो. माझ्या असेही ध्यानात येत होते की उपभोगांच्या कल्लोळातून लाभणाऱ्या अत्युच्च आनंदाच्या क्षणी मी अचानकपणे एकदम रिता, रिकामा व विरक्त होऊन जातो आहे... निःसंग होऊन त्रयस्थपणे भोगांच्या भोवऱ्यात फिरतो आहे... माझ्या मनडोहाच्या तळाशी कोणी एक फकीर संन्याशी ठाण मांडून बसला आहे...

वयाच्या पंधरा-सोळाव्या वर्षी मी जेव्हा खूप खस्ता खाऊन राहिलो होतो, तेव्हा आईनं मला एक रहस्य सांगितलं होतं. मी जन्मलो त्या दिवशी पहाटे माझ्या बापाच्या स्वप्नात एक संन्याशी आला होता.

माझ्या जन्माच्या आधीपासूनच आमच्या समृद्ध घराचे वासे फिरू

लागले होते. परिस्थिती उत्तरोत्तर बिघडतच गेली. बाप धड नि:संगही झाला नाही व धड गृहस्थही राहिला नाही. तो मधल्यामध्ये भरकटत राहिला. त्याने आमची जबाबदारी ढकलली. माझ्याविषयी त्याचा मनात काही अढी होती असे मला वारंवार जाणवत आले आहे. त्यास कारणीभूत कोण? माझ्या जन्मानंतर ढासळत गेलेली परिस्थिती की माझ्या जन्मावेळी बापास पडलेले ते स्वप्न? कारणं काहीही असोत. माझ्या वाट्याला आलेले सत्य हे आहे की माझ्या अंगावरून बापाचा हात कधी मायेनं फिरला नाही. त्यानं प्रत्यक्षात तर नाहीच पण स्वप्नातही कधी मला ना खाऊ दिला ना कपडे, ना मला बागेत फिरायला नेलं ना समुद्राकाठी. मात्र लहानपणीच्या एका स्वप्नात तो मला घेऊन गेला पांडुरंगाच्या दर्शनाला. तरुणपणापासूनच श्रीमंत असलेला माझा बाप एकीकडे कठोर सांप्रदायिक होता. इतका की तुळजापूरच्या देवी मंदिराच्या घंटेखाली जेव्हा त्याचे व माझ्या आईचे लग्न झाले तेव्हाही त्याने देवीला हात जोडले नाहीत! विठ्ठलाशिवाय अन्य दैवतांसमोर त्यानं कधी आपला माथा झुकवला नाही. मला इतर काहीही न देणाऱ्या बापाने मला स्वप्नातला विठ्ठल दिला. त्या स्वप्नात माणसांच्या गर्दीत मी उभा होतो. माझ्या मागे असलेल्या बापानं माझं डोकं हाताचा रेटा देऊन त्या मूर्तीच्या पायावर आदळल्यानं माझं कपाळ चांगलंच झिणझिणलं. माझं डोकं पांडुरंगाच्या पायाशी जेमतेम पोहोचत होतं. मला त्याचा चेहरा दिसलाच नाही. मी पाहिले ते त्याचे पाय! काळ्या वर्णाचे.. थोडेसे खडबडीत आणि झिजलेले! ते पाय जसे मला लहानपणीच्या त्या स्वप्नात दिसले ते प्रत्यक्षात कसे आहेत हे पाहण्याची उर्मी मोठेपणी मला अनेकदा झाली, परंतु का कोणास ठाऊक पंढरपूरविषयी माझ्या मनात एक प्रकारची उदासीनता भरून राहिली होती. आता वृत्ती पालटल्या. पंढरी आपली वाटू लागली. योग जुळून आले आणि गेली पाच-सहा वर्षे मी दर आषाढीला तेथे जातो. चंद्रभागेचे स्नान, कळसाचे दर्शन व मंदिर प्रदक्षिणा करून परत येतो. रांगेत तासन्तास उभे राहून विठोबाचे पादस्पर्शदर्शन करण्याची खूप इच्छा आहे पण घाई नाही... त्याचे स्वप्नातले पाय माझ्या सोबतीला आहेत.

◆

अजब ही दुनिया...

सुरेश लोटलीकर

माझ्या उण्यापुऱ्या अठ्ठावन्न वर्षांच्या रोजच्या स्वप्नांच्या अनुभवांवर मी एक गोष्ट ठामपणे, नि:संशयपणे सांगू शकतो की, स्वप्न पडण्यासाठी 'झोप' ही अत्यावश्यक बाब आहे. माणसं जागेपणी स्वप्नं पाहातात आणि झोपेत त्यांना स्वप्नं पडतात. आपण येथे फक्त झोपेत पडणाऱ्या स्वप्नांबद्दल बोलतोय. अठ्ठावन्न वर्षांचा रोजचा माझा स्वप्नांचा अनुभव आहे म्हणजे मला झोपेचाही गाढा अनुभव आहे हे वेगळे सांगायला नको. पण सांगितलं तर आश्चर्य वाटेल की, एवढा प्रचंड अनुभव पाठीशी (अक्षरश:) असूनही माझी झोपण्याची बैठक म्हणा, आसन म्हणा की पोझिशन/पोझ म्हणा ही नक्की झालेली नाही. ती मला रोजच्या रोज नव्याने अजमावयाला आणि जमवायला लागते. एकतर मला पडल्या पडल्या झोप लागत नाही. झोप येण्यासाठी काहीतरी वाचावं लागतं. मग झोप येतेशी वाटलं की दिवा काढण्यासाठी उठावं लागतं. दिवा काढायला गेलो की पाणी प्यावंसं वाटतं. पाणी प्यायलो की बाथरुमला जाणं ओघाओघानं आलंच. हे सगळे सोपस्कार आवरून गादीवर पडलं की पंख्याचा रेग्युलेटर ॲडजस्ट करावा लागतो आणि ते करून गादीवर पडेपर्यंत झोप गायब! मग तसेच मारून मुटकून झोपायचे. पण त्यात थोड्या अडचणी असतात. माझी उशी मला नेहमी गादीच्या ओळीत लागते. ती थोडीदेखील तिरकी चालत नाही. त्यामुळे डोक्यावरची उशीची आणि गादीची लाइन मेंटेन करणे हे एका हाताचं काम तर दुसऱ्या हाताने गादीचा काटकोन आणि उशीचा काटकोन बरोबर कोइन्साईड करत राहणे हे दुसऱ्या हाताचं काम. झोपताना सुरुवातीला मी डाव्या कुशीवर झोपतो. आम्हा सर्व भावंडांना आमच्या आजोबांनी

लावलेली शिस्त म्हणा वा सवय. आता डाव्या कुशीवर झोपल्यावर माझी नेहमीची आणि रोजची उशी घेऊनही ती मला जरा पातळ वाटते. मग ती उंची भरून काढण्यासाठी पायाखाली ठेवलेली चादरीची घडी पाय लांब करून घेणे व उशीखाली ठेवणे आले. हे केल्यानंतर माझा उशीखालचा खांदा अवघडण्याची जाणीव होते, म्हणून चादरीची घडी निम्मी करणे आले. उरलेली चादर अंगाखाली जाते व कुशीला टोचत राहते. मग त्यामुळे कुशी बदलणे आले. आता या सर्व गडबडीत उशीची लाईन बिघडली नसल्याची चाचपणी सतत करावीच लागते. ती उशी सरळ करून अंगाखालची चादर बाजूला काढून पाठीवर पसरणे. ह्या वेळी एक हात नेमका कोपरापासून दुमडून डोळ्यावर जातो. ही देखील जुनी सवय. माझं लहानपण दीड खोलीतल्या जागेत गेलं. माझ्या झोपायच्या जागेसमोरच दिवा पेटलेला असायचा. म्हणून डोळ्यावर हात ठेवायची ही सवय ती खोली सोडून तेहतीस वर्षे उलटून गेल्यावरसुद्धा शाबूत आहे. आता अंगाखालची चादर मी पायावर टाकतो. थोड्याच वेळात पायाचा काही भाग उघडा असल्याची जाणीव होते. मग चादर पूर्ण अंगावर ओढून घेणं आलंच. ही डोंबिवलीची सवय. मला डास खूप चावतात. अगदी एखादा डास असला तरी तो मला फोडून काढतो. तेव्हा डोंबिवलीला राहायला गेल्यावर मच्छरदाणी लावून, सर्वांगाला ओडोमॉस चोळून, पायापासून डोक्यापर्यंत घट्ट चादर ओढून घ्यायची सवय लागली. डोंबिवली सोडून तीस वर्षे उलटली. आता तर म्हणे डोंबिवलीला डास औषधालासुद्धा नाहीत. पण त्या सवयीचे अवशेष अजून शिल्लक आहेत. तेव्हा या सगळ्या सवयी सांभाळत, सगळी वातावरण निर्मिती करत मी पाठीवर ऐसपैस पडतो आणि मग सुन्न झोप येत असल्याची जाणीव होते. ही वेळ अत्यंत कसोटीची असते आणि कसोशीने सांभाळावी लागते. साधारपणे स्वप्न पडायला याच वेळी सुरुवात होते आणि कुठल्या तरी बारीकशा आवाजाने झोपमोड होण्याची वेळसुद्धा हीच असते. तेव्हा झोप येण्याची मी अगदी डोळ्यात तेल घालून वाट बघत असतो.

आता एवढं झोप पुराण लावलंच आहे, तर आणखी काही सांगायला हवं. स्वप्नासाठी झोप आवश्यक पण झोपेसाठी गादी मात्र आवश्यक नाही. त्यामुळे मला स्वप्नं कुठेही पडू शकतात. बसमध्ये, गाडीमध्ये,

कुठेही. खूप दिवस झोप व्यवस्थित न मिळाल्यामुळे मुंबईच्या गर्दीच्या उपनगरी रेल्वेत दरवाजाकडच्या भिंतीला टेकून झोप काढायचा प्रयत्न केला आहे. आणि त्या तशा गर्दीतही झोप येण्याआधी मला स्वप्नं पडली आहेत. ठाणे स्टेशन ते मी ज्या कंपनीत काम करत असे ते फक्त बारा-पंधरा मिनिटांचं अंतर, शिवाय आजूबाजूला सर्व परिचित, पण त्यातही झोप यायची आणि स्वप्नं पडायची. हे सर्व परिचित कधी शांतपणे झोपू द्यायचे नाहीत. त्यामुळे सर्व स्वप्नं आणि झोप अर्धवट झाली की चिडचिड व्हायची.

त्यात मला पडणारी बहुतेक स्वप्नं मला आठवत राहातात. ती एक गोचीच आहे. असा एक समज आहे की, स्वप्नं सर्व माणसांना पडतात पण फारच थोड्यांना आठवतात, किंवा फार थोड्यांना ती आठवत नाहीत. मला स्वप्नं आठवतात एवढंच नाही तर काही काही स्वप्नं घोळत राहात असतात. माझ्या आठवणीतल्या पहिल्या स्वप्नांपैकी एक स्वप्न अगदीच लहानपणीचे आहे. साधारणपणे मी तीन-साडेतीन वर्षांचा (बहुधा) असेन. सांगलीच्या आमच्या घरात मधल्या खोलीत आम्ही सर्व भावंडे, आई, आजी अशी एकत्र झोपत असू. भावंडात मी लहान म्हणून तेव्हा मी आईशेजारी. एका रात्री मी 'साप, साप' म्हणून ओरडत झोपेतून घाबरून उठलो आणि आईला चिकटलो. मग आईने मला तिच्या पदराचा काठ दाखवला आणि त्या काठालाच मी साप समजलो म्हणून समजूत घातली. आज इतक्या वर्षांनंतरही त्या स्वप्नाची, त्या मधल्या खोलीतल्या अंधाराची, आईच्या फिकट जांभळ्या रंगाच्या पातळाची, त्या पातळाच्या पदराच्या बारीक नक्षीसकट काठाची आठवण अगदी ताजी आहे. पण अशी खूप स्वप्नं आठवतात. पाचवीनंतर मी सांगली सोडलं आणि चेंबूरला आलो. त्यानंतर मला पडलेली कित्येक सांगलीची स्वप्नं अजूनही आठवतात.

काही काही स्वप्नं ठराविक साच्याची बहुतेक सर्वांना कधी ना कधी पडलेली असतात. 'उद्या गणिताचा पेपर आहे, आपल्याला काही येत नाही, अभ्यास झालेला नाही' ह्या स्वप्नानं सर्व वयातल्या लोकांना घाबरून जागं केलं आहे. त्याच पठडीतलं आणखी एक स्वप्न म्हणजे 'जिना चढताना/उतरताना पायरी चुकली' हे स्वप्न इतकं जिवंत असतं की झोपेत आपला पाय जोराने हलतो आणि आपण दचकून उठतो.

याच्याच जोडीला मला हमखास आणि सातत्याने पडणारे स्वप्न म्हणजे 'मी खूप खूप उंचावर गेलो आहे. इमारत म्हणा, डोंगर म्हणा किंवा काहीही. पण अतिशय उंचावरून मी हवेत तरंगत हळू हळू खाली येत आहे, फुग्यासारखा' ह्या स्वप्नाच्या अनेक आवृत्त्या मला पडून झाल्या आहेत. स्वप्नाची थीम हीच, पण प्रसंग, स्थळ आणि लॅण्डस्केप प्रत्येक आवृत्तीत वेगवेगळे, त्यामुळेच माझं हे आवडतं स्वप्न आहे. पण नेमकं याच्या उलट स्वप्न पडलं आहे. तेही अनेक वेळा. मी एका कुठल्यातरी इमारतीत उभा आहे. मला वरच्या मजल्यावर जायचं आहे, पण इमारतीला मजले खूप आहेत; पण वर जायला जिना नाही. या दालनातून त्या दालनात अशी बरीच शोधाशोध करावी लागते. एका दालनामध्ये जिना आहे म्हणून त्या जिन्यावर जायला बघतो तर तो जिना नसून नुसत्या जिन्याच्या खुणा आहेत आणि त्या दालनाच्या चारी भिंतीला चिकटवल्या आहेत. मी जिन्याच्या खुणांवर कसं चढून जायचं या चिंतेत आहे. आणि ह्याही स्वप्नाच्या उलट स्वप्न, तेही अनेक वेळा पडणारं, म्हणजे मी इमारतीमध्ये किंवा कुठेही वरच्या मजल्यावर आहे आणि खाली उतरायला जिना नाही. ह्या धर्तीचं अगदी शेवटचं स्वप्नं ऑगस्ट २००२ मध्ये पडलेलं. मी आणि माझा मित्र आर. आर. मिश्रा कोणाला तरी सोडून स्टेशनच्या पुलावर खूप वेळ गप्पा मारत आहोत. शेवटी आम्ही एकमेकांचा निरोप घेतो. पाऊस पडायला सुरुवात झाली आहे. मी पुलावरून जिन्याच्या टोकाशी आलो आहे. आर. आर. ला मी हात करतो. मी जरी आतमध्ये असलो तरी माझ्यासमोरचा जिना बाहेरून दिसावा तसा म्हणजे त्याचा पत्र्याचा टप मला दिसत आहे. मी जिन्याच्या तोंडाशी आल्यावर मला दिसतं की हा लोखंडी जिना गंजला आहे. त्याच्यावर पावसाचं पाणी साचलं आहे. मी तीन-चार पायऱ्या खाली उतरलो आणि लक्षात येतं की पुढे जिना नाही तर लोखंडी स्कॅफोल्डिंग आहे. पायऱ्यांवरून त्या स्कॅफोल्डिंगला जायला सलग रस्ता नाही. तरीही अनेक डेअर डेव्हिल तसेच चालले आहेत आणि खूप खोल खाली उतरत आहेत. वगैरे वगैरे. या स्वप्नाची गंमत म्हणजे या स्वप्नात प्रत्येक फ्रेम वेगळ्या लोकेशनवर शूट केलेली असते. तेव्हा सुरुवात जरी ठाण्यासारख्या दिसणाऱ्या रेल्वेच्या पुलावर झाली तरी शेवट कुठल्याही आयुष्यात न बघितलेल्या ठिकाणी होत असतो.

आणखी एक स्वप्नाची तऱ्हा म्हणजे स्वप्नातच स्वप्न. या स्वप्नात स्वप्नातला मी स्वप्न पाहताना विचार करत असतो की हे मी स्वप्न पाहतोय आणि समोर चाललंय ते काही खरं नाही. मी हे जे पुस्तक वाचतो आहे ते पुस्तक खरं नाही. स्वप्न संपतं. स्वप्नातला मी खरं पुस्तक वाचायला घेतो आणि त्या पुस्तकात मला काहीच मजकूर दिसत नाही. मी जागा होतो. ते पुस्तक कोठे पडलंय ते गादीवर शोधतो. शरीराला आवश्यक झोप पूर्ण होण्यासाठीची सोय शरीरातच आहे असा एक विचार आहे. म्हणूनच लवकर उठण्यासाठी लावलेला गजर वेळेवर वाजला तरी झोप पूर्ण झाली नसेल तर स्वप्नामध्येच एक सीन तयार केला जातो ज्यात गजर वाजणे हा त्या सीनचा आवश्यक भाग असतो. पण असं जरी असलं तरी स्वप्न कधी, कुठे, कशी, किती पडावीत याला काही नीतिनियम नसावेत.

स्वप्नाबद्दल अनेक समज समाजात प्रचलित आहेत. 'मनी वसे ते स्वप्नि दिसे,' 'पहाटेची स्वप्नं खरी होतात', 'शरीर दमलं की आपसूक गाढ झोप लागते' वगैरे वगैरे. पण हे समज काही खरे आहेत असे नाही. आपल्या मनात जे 'वसत' असतं ते सर्वच्या सर्व काही स्वप्नात दिसत नाही. आणि स्वप्नात जे काही दिसतं ते तसंच मनात वसतं असंही नाही. लहानपणी मी खूपच देवभक्त होतो. अशा या देवभक्तीच्या काळात माझ्या स्वप्नात प्रत्यक्ष राम, लक्ष्मण, सीता येऊन भेट देऊन गेले आहेत. तेव्हा मनी वसे ते स्वप्नि दिसे ह्या म्हणीची सत्यता मला कळली. पण ह्याच शाळकरी वयात मला एकदा माझी आई गेल्याचं स्वप्न पडलं. हे स्वप्न इतकं भयंकर होतं की मी ते कुणाला सांगूही शकत नव्हतो. एरवी मी आणि आई एकमेकांची स्वप्नं Share करत असू. तिलाही खूप स्वप्नं पडत. पण आईला हे स्वप्न कसं सांगणार? 'मनी वसे ते स्वप्नि दिसे' या नियमाप्रमाणे माझ्या मनात आई मरावी असं वसणार असा निष्कर्ष कोणीही काढणार, तेव्हा हे स्वप्न कोणालाही सांगायची चोरी. नंतर sub conscious mind ची थिअरी कळली. अर्थात या थिअरीप्रमाणे सुद्धा त्या स्वप्नाचा अर्थ 'लहानपणी मला माझी आई मरावी असं sub consciously वाटत असावं.' असाच अर्थ लागत होता. पण पूर्ण विचाराअंती मी ठामपूर्वक या निर्णयाला आलो की माझी आई मरावी असा मला कोणत्याही मनात, विचारात वाटणं अशक्य आहे.

तेव्हा हे समज चक्क गैरसमज आहेत आणि या थिअरीजदेखील अपूर्ण आहेत. पण हा विचार पक्का होऊनसुद्धा स्वप्नं पडायची काही बंद झाली नाहीत.

यापैकीच 'पहाटे पडलेली स्वप्नं खरी होतात' हा एक गैरसमज आहे हे कळायला बरीच वर्षे जावी लागली. तोपर्यंत सोफिया लॉरेन आणि तत्सम नट्यांची अनेकवार लग्नं लागली होती. (सोफिया लॉरेनचं फक्त नाव घेतलं कारण ती काही हा लेख वाचणार नाही. पण तत्सममध्ये इथलीच मंडळी, त्यांची नावे घेणे धोकादायक) मी मात्र वाट पाहात होतो पहाटेची स्वप्नं खरी व्हायची. तसाच गैरसमज 'शरीर थकलं की आपसूकच चांगली झोप लागते' या बाबतही. अनेकवेळा खूप दिवसांची झोप बाकी असून, शरीर पूर्ण आंबून आणि चिंबून गेलेलं असलं तरी स्वस्थ झोप न मिळता विचित्र स्वप्नं पडून सतत झोपमोड व्हायचा माझा अनुभव आहे. मधल्या दोन तीन वर्षांचा कालखंड असा गेला, की ज्यामध्ये शारीरिक दगदग अतोनात आणि मनावर सतत दडपण आणि डोक्यावर प्रचंड जबाबदारीचं ओझं. या काळात स्वप्नांनी उच्छाद मांडला होता. बरं, नुसती स्वप्नं पडली तरी हरकत नव्हती. दिवसभर त्या स्वप्नांच्या आठवणी मनात घुमायच्या. कधी नव्हे तो स्वप्नांचा मी धसकाच घेतला होता. पण मग स्वप्नं आठवली तरी त्यावर विचारच करायचा नाही अशी दामटून सवय लागली. त्यामुळे आता फार थोडी स्वप्नं आठवतात. असाच एक भ्रम म्हणजे मन साफ असलं, सदसद्‌विवेकबुद्धी असली की गाढ झोप लागते आणि त्यांना स्वप्नं पडत नाहीत हा. अशा या साफ मनाच्या, सदसद्‌विवेकबुद्धीच्या, पटकन्, गाढ, शांत, निःस्वप्न झोपणाऱ्या लोकांना 'आजूबाजूला एवढी दुःख, प्रश्न, समस्या, काळज्या असताना (आणि प्रत्यक्षात एवढा उजेड आणि कोलाहल असताना) तुम्हाला शांतपणे झोप लागूच कशी शकते?' असा प्रश्न विचारावासा वाटतो.

स्वप्नांचं आणखी एक वैशिष्ट्य आहे, काही घटना, काही प्रसंग, काही अनुभव, काही दृश्यं आपल्या मनावर कायमची कोरली जातात. हे प्रसंग आपला जन्मभर पाठपुरावा करणार असं वाटतं. पण तसं होतंच असं नाही. मला अतिशय भीषण असे दोन अपघात केवळ अनवधानाने दिसले. एकदा माझ्याच गाडीत पुढील डब्यात असलेला प्रवासी चालत्या

गाडीतून बाहेर पाहात असताना खांबाला आपटून पडला आणि ते दृश्य मी दरवाजात उभा असल्याने केवळ अर्धाएक सेकंद माझ्या नजरेत आलं. तसाच दुसरा एक अपघात, दोन हातगाडीवाले आमच्याच बसखाली चिरडले गेले. ही दोन्ही दृश्यं मी जन्मभर विसरणे अशक्य. हे दोन्ही अपघात एवढे भीषण होते की, त्यांच्या आठवणी मला स्वप्नातदेखील दिसत राहातील अशी भीती मला वाटत असे. पण या बाबतीत मला एकदाही स्वप्न पडलेलं नाही. खूप स्वप्नं पडणाऱ्या माझ्या आईला माझे वडील वारल्यानंतर ते एकदाही तिला तिच्या स्वप्नात दिसले नाहीत याची खंत होती. तर माझ्या आजोबांना पंचाऐंशी वर्षांपर्यंत नेहमी एका ठराविक दिवशी स्वप्नामध्ये त्यांच्या लहानपणी वारलेल्या वडिलांनी मारलेली हाक ऐकू येई आणि हमखास जाग येई. माझ्या वडिलांचं एक गंभीर ऑपरेशन झालं. त्यानंतर दोन-तीन वर्षांनी ते वारले. या तीन वर्षांत मला त्यांच्या आजारपणाची स्वप्नं कधी पडली नाहीत. पण वडील वारल्यानंतर त्यांच्या हॉस्पिटलमधल्या आजारपणाची खूप आणि वेगवेगळी स्वप्नं पडली आहेत. मी वडिलांपेक्षा आईशी खूप जवळ होतो; पण आई गेल्यानंतर माझ्या स्वप्नात मला आई फार क्वचित दिसली आहे. हे असं का व्हावं हे कळत नाही. ज्यांच्याशी भावनिक सलोखा नाही, दुरावा नाही अशा खूप व्यक्ती कारण नसताना स्वप्नात येत राहातात. त्या का याव्यात? भावविश्व ज्याने व्यापलेलं आहे ते स्वप्नात का येऊ नये? या प्रश्नांना अंत नसतो आणि अर्थही नसतो.

तरीसुद्धा स्वप्नांचे अर्थ लावायचे प्रयत्न चाललेलेच असतात. एका प्रयत्नात मानवाचा मनोव्यापार समजून घ्यायचा प्रयत्न असतो तर दुसऱ्या प्रयत्नात स्वप्नातून काही पूर्वसूचना, भविष्यातील घटनांचे वेध घेण्याचा शोध चालू असतो. भविष्यातील घटनांच्या सूचक अशी स्वप्ने पडतात यावर माझा विश्वास नाही. तरी देखील एक-दोन स्वप्ने अशी पडल्याचे नक्की आठवते. एक-दोन ठिकाणी मी प्रथमच गेलो असताना मी या अगोदर त्या जागेवर येऊन गेलो असल्याचे मला नक्की आठवले आहे. पण या उप्पर अनुभव म्हणजे ११ सप्टेंबर २००१ पूर्वी पडलेल्या एका स्वप्नाचा. या स्वप्नाचा अर्थ कोणी तज्ज्ञाने वर्ल्ड ट्रेड सेंटर या घटनांशीच लावला असता म्हणून ते स्वप्न सविस्तरच सांगतो. अर्थात

सविस्तर हे उगीच. कारण स्वप्नातील दृष्यांना कंटीन्यूटी नसते. प्रत्येक फ्रेममध्ये वेगळा शॉट, वेगळा अँगल.

मी एका उचं इमारतीच्या गच्चीवर उभा आहे. आणि माझ्यासमवेत अनेकजण आहेत. आकाश निरीक्षण चाललंय. एवढ्यात आकाशातून जेटसारखी मागून धुरांच्या रेषा काढणारी विमाने येतात. हळूहळू मोठी होत येतात. आता त्यांच्या कसरती, पलटी मारणे, सूर मारणे वगैरे चालले आहे. ही विमाने आणखी जवळ येतात. आता तर त्या विमानातील आतल्या सीटस दिसायला लागतात. सर्वत्र गमतीचे वातावरण आहे. त्यापैकी एका विमानात मी चढतो. कॉकपिटमध्ये बसतो. आता माझं विमान उडायला लागलं आहे. मी आता विमानात बसून घिरट्या घालत आहे. समोर माहीमच्या नॅशनल हॉस्पिटलसारखी एक उंच दिसणारी इमारत आहे. आता त्या इमारतीच्या भोवती मी घिरट्या घालायला सुरुवात केली आहे. एका पक्षाप्रमाणे अतिशय जवळून माझे पंख, म्हणजेच विमानाचे पंख त्या इमारतीला चाटून जात आहेत आणि त्यातून ठिणग्या बाहेर येत आहेत. कुठून तरी दुसरं विमानही तसंच घिरट्या घालत आहे. आता आमची टक्कर होणं अटळ आहे. मी हवेतच दोन इमारतींच्या मधल्या गल्लीतून विमान काढत आहे. माझ्या विमानाचा वेग मी कमी करू पाहातोय, त्यासाठी मोटारसायकलवरून दोन्ही बाजूला पाय बाहेर काढावेत तसे पाय बाहेर काढून जमिनीला घासून मी हवेतल्या विमानाचा वेग कमी करतोय. पण आता अपघात केवळ अटळ आहे. माझं विमान त्या इमारतीच्या आतमध्ये घुसतं. तेथे मोठा प्रचंड लाऊंज आहे. त्या लाउंजमध्ये एका शेडमध्ये विमान येऊन थांबतं.

या स्वप्नाचा अर्थ काय काढायचा? पण अशी स्वप्नं पडतच असतात. हल्ली पडलेलं महात्मा गांधींचं स्वप्न ऐकाल तर ते आणखी धमाल. खूप मोठं स्वप्न आहे, थोडक्यात सांगतो.

सेनापती बापट मार्गासारखा माहीम, दादर जवळच्या रस्त्यासारखा रस्ता आणि तेथील फुलबाजारासारख्या बाजारामध्ये एक इमारत. मी त्या इमारतीतून बाहेर पडत आहे. बाहेर मालाचे रिकामे आणि उघडे ट्रक. अचानक गोळीबाराला सुरुवात होते. सर्वत्र पळापळ होते. मी आजूबाजूला पाहातो. मी उघड्यावर आहे. गोळीबार करणारे पोलिसांसारखेच

दिसणारे आहेत पण वरनं त्यांचे चेहरे बदलून बंडखोरांचे दिसत आहेत. मला लवकर परत जायचं आहे आणि तेथून बाहेर पडायचं आहे. आता मी एका ट्रकचा आडोसा घेतला आहे. मी पुन्हा चाहूल घेण्यासाठी डोकं वर काढतो तर समोरच एक अतिरेकी/पोलीस माझ्याकडे बघून खाली बसायची दमदाटी करतो. मी उठतो. त्याला 'मला जरा जाऊ दे' ची खूप विनंती करतो आणि दादरसारख्या दिशेने भराभर चालायला लागतो. एवढ्यात गोळीबाराचा आवाज येतो. मी आता रस्त्यावर आडवा पडलो आहे आणि हळूहळू घसरत पुढे जात आहे. या रस्त्यावर फुलबाजारातील पावसाळ्यातली राड आहे. मी निश्चय करून उठतो आणि चक्क चालायला लागतो. हा गोळीबार नेमका कसला याचा मी विचार करत चाललोय, तो समोरून प्रचंड लोंढा येतोय. मार्केटिंगला निघालाय तसा. त्यांना त्या गोळीबाराची काही माहितीच नाही. मी मनात अचंबा व्यक्त करतोय की हे एवढे लोक तिथे कशाला चाललेत? ते मरणार याबद्दल त्यांना काही माहीत आहे का नाही? पण त्या उलट्या चालणाऱ्या गर्दीतून वाट काढत मी चाललो आहे. तेथे एके ठिकाणी एक क्यू लागला आहे. त्या क्यूमध्ये के. डी. नाईक माझी वाट पाहात आहे. आम्ही दोघे एक रेलिंग लावलेले रॅम्प चढतो आणि क्यू मध्ये थांबतो. क्यू प्रचंड मोठा आहे. तो मुख्य इमारतीच्या मागच्या बाजूने आहे. आम्ही रांगेतून अनेक दालनातून जात आहोत. शेवटच्या दालनाच्या आधी आम्हाला कळतं की महात्माजी आता झोपले आहेत. तेव्हा फक्त दर्शन घेऊन जायचं. आम्ही दालनात प्रवेश करतो. प्रचंड मोठे दालन आहे. महात्माजी झोपले आाहेत. पण ते अर्धेच छातीपर्यंतच आहेत. ते अर्धमिटल्या डोळ्याने आमच्याकडे पाहात आहेत. त्यांच्या छातीनंतरच्या भागात बरेच अंतर ठेवून एक फुलांची कुंडी ठेवली आहे. त्यांच्या चारी बाजूंनी दोरी बांधली आहे जशी स्मारकाच्या जवळ जाऊ नये म्हणून बांधतात तशी. त्यांच्या डोक्याच्या बाजूला भिंत व भिंतीला खिडकी आहे. तेव्हा त्यांच्या उजव्या बाजूने येऊन पायाकडे जायचे आणि नमस्कार करून डाव्या बाजूने बाहेर पडायचे. के.डी. प्रथम पुढे होतो. नमस्कार करतो आणि तेथेच घुटमळतो. मी नंतर पुढे सरसावतो. नमस्कार केल्यासारखा उजवा हात खाली आणून छातीला टेकवल्यासारखा करतो. आणि दालनाच्या बाहेर पडतो. के.डी. अजून आतमध्ये घुटमळतो

आहे. त्याला बहुतेक गांधींना काही प्रश्न विचारायचे आहेत. तो त्यांना जाग यायची वाट पाहात आहे. मी दालनाच्या बाहेर आलो तो भाग 'श्रमिक' च्या ओटयासारखा आहे. थोड्यावेळाने गांधीजींच्या दालनात त्यांचा सेक्रेटरी म्हणा किंवा कोणी प्रमुख यांच्याबरोबर बोलत शारदा आणि ज्योती येत आहेत. आता गांधीजींचे दालन म्हणजे 'श्रमिक' मधील वसंतराव आणि दत्ता यांची खोली एकत्र केल्यासारखे झाले आहे. ज्योती आणि शारदा आता गांधीजींशी बोलत आहेत. गांधीजी आता उठले आहेत. त्या दोघींचा गांधीजींशी बोलण्याचा विषय 'ललकारी' हा आहे. के.डी. नाईक आतमध्ये गेला आहे. मी 'श्रमिक' च्या बाहेरच्या ओटीतून बाहेर सटकायचा विचार करतो आहे. पण ज्योती, शारदा माझी गांधीजींशी ओळख करून देतात. 'हा आमचा चित्रकार' मी मनातल्या मनात ज्योती-शारदा कुणाचीही स्तुती कोणासमोरही कशी काय करतात याचं कौतुक करतोय आणि महात्माजींना जवळून पाहातो. आता गांधीजी उठून बसले आहेत. त्यांचा प्रोफाईल मला पूर्णपणे दिसतोय. मी त्या चेहऱ्याचे हायलाईट्स पूर्णपणे टिपत आहे. आणि मनाशी विचार करतोय की फोटोत गांधीजींचा चेहरा अतिशय वेगळा दिसतो. आता बघायला मिळालं म्हणून बरं झालं. त्यांच्या चेहऱ्याचे हायलाईट्स पाहाता पाहाता बदलत आहेत. गांधीजींना कार्यकर्त्यांनी वेढलंय. मी आता श्रमिकच्या बाहेर पायऱ्यांपाशी आलोय. ज्योती-शारदादेखील आल्या आहेत. आता के.डी. तेथे नाही. गांधीजी देखील त्यांना पोचवायला दरवाजापर्यंत आलेत. त्यांची उंची खूपच आहे. मी मनात म्हणतोय की सरहद्द गांधींएवढीच यांची उंची आहे. आता गांधीजींनी लेंगा आणि सिल्कचा झब्बा घातला आहे आणि ते त्यांच्या सहकाऱ्यांशी बोलत आहेत. मी ज्योती-शारदा 'श्रमिक' बाहेरील रस्त्यावर आलो आहोत. पार पुढे अरविंद वैद्य चालला आहे. मी अरविंदला गाठतो. तो मला ज्योती-शारदाबद्दल विचारतो. मी त्याला म्हणतो की त्या बहुधा परुळेकरबरोबर टॅक्सीतून गेल्या असतील. (परुळेकर हा माझा मित्र वरीलपैकी कोणालाही ओळखत नाही की ते परुळेकरला. पुन्हा हा परुळेकर डोंबिवलीला राहातो. तो दादरहून टॅक्सीने डोंबिवलीला जाणार कसा? व शारदा, ज्योतीला कसे आणि कुठे सोडणार?) ह्या विचाराने मला जाग येते.

या स्वप्नाचा अर्थ मला लागणं शक्य नाही. मी तो लावतही नाही. पण हे स्वप्न मनात घोळले मात्र जाते. अशी खूपच स्वप्नं. संपादक अरुण शेवतेंचा फोन आला या स्वप्नाच्या लेखाच्या दिवशी. तेव्हा जुनी कागदपत्रं धुंडाळतात तशी स्वप्नं धुंडाळली आणि झोपलो. हल्ली झोपेची सवय मात्र बदलली आहे. ही नवीन सवय. कंपनीमध्ये सर्वांना पहिली पाळी दिली होती. घर पहाटे पाचला सोडावं लागायचं. त्यामुळे झोप आवश्यक होती. म्हणून भरल्यापोटी ताबडतोब झोपायचं. त्या सुस्तीच्या वेळी झोप पटकन लागते. तेव्हा या सवयीप्रमाणे झोपतो पटकन. पण त्या दिवशी पडलेलं स्वप्न अफलातूनच होते. हेही स्वप्न खूप लांब, पण फक्त मुद्द्याचं तेवढंच सांगतो.

नेहरू सायन्स सेंटर किंवा बंगलोरचे विश्वेश्वरय्या टेक्निकल म्युझियमसारखी प्रचंड मोठी इमारत. आतमध्ये मोठमोठी दालनं आणि इन्स्ट्रुमेंट्स, खूप लोक प्रदर्शनाला आले आहेत. एकापेक्षा एक मोठमोठी मशिन्स आहेत. आम्ही सर्वजण एका दालनातून दुसऱ्या दालनात जात आहोत. एका दालनापाशी येतो. या दालनात अंधार आहे. खूप मोठी मशिन्स. दुधाच्या बाटल्या भरतात तशा पण माणसाच्या आकाराच्या. तिथे तिकिटाला रांग आहे. तिकीट काढून लोक त्या बाटल्यांच्या ठिकाणी उभे राहातात. मशिनरी फिरू लागते. मीही त्या मशीनमध्ये आहे. मशिनचा वेग, गिरक्यांचा वेग वाढत जातो. बाजूला कार्डीओग्राम सारखा दिसणारं ग्राफ दाखवणारं यंत्र आहे. मी त्या मशीनमध्ये आता चक्राला दोऱ्या लावून फिरणाऱ्या खेळासारखा लटकतो आहे. माझ्या डोक्यातून स्वप्नं बाहेर पडत आहेत. ती स्वप्नं सगळी त्या मशीन्समध्ये ग्राफ होत आहेत. मला त्याचा खूप त्रास होतोय. पण मला स्वप्नंही पहायची आहेत. मी पटकन् त्या झोपाळ्यातून बाहेर पडतो. दालनाच्या बाहेर येतो. पण अजून माझी इच्छा पूर्ण झालेली नाही. मी पुन्हा तिकिटांच्या लाईनकडे येतो. पण आता गर्दीचा लोंढा मला ढकलतो आहे. कोठे ढकलतो आहे ते मला कळत नाही. पण मी माझ्या पाकिटाच्या खिशावर हात ठेवून त्या लाईनमध्ये जायच्या विचारात आहे.

ह्या नंतर हे स्वप्न खूप लांबत गेलं. पण त्याचा विषयच वेगळा!

स्वप्नं खरी नव्हेत हे खरेच. पण स्वप्ने पडतात हेही खरेच. मी

स्वप्नाळू नव्हे. वास्तव आणि स्वप्न यात गल्लत मी करत नाही. पण तरीही स्वप्नांची दुनिया मला आवडते. ही दुनिया केवळ माझी असते, त्यांची अनुभूती माझ्याशिवाय कोणाला मिळत नाही; हीच तर त्यातली खरी गंमत आहे. स्वप्नांचा त्रास होतो पण स्वप्नांचा आनंदही मिळतो. स्वप्ने हा माझा अविभाज्य भाग आहे. ज्या दिवशी मला स्वप्ने पडणे बंद होईल त्या दिवशी मी 'मी' नसेन.

◆

सावली

दत्तात्रय अत्रे

सरत्या महिन्याचीच गोष्ट असेल, म्हणजे थंडीचे दिवस सरत येत होते. अचानक रात्री मला हिव भरून आलं. अंग लटलटू लागलं. बहुधा हिवतापानं गाठलं असावं म्हणून घरातून हुडकून कानटोपी घातली. रात्री दहाची वेळ होती. बाहेरही बोचरी थंडी होती. तेवढ्यात घरी कोणीतरी पुटपुटले. कानटोपीला पूर्वी माकडटोपी म्हणत असत. 'माकड' या शब्दोच्चाराबरोबर मला अगदी पस्तीस वर्षे मागे पडलेल्या स्वप्नाच्या आठवणीनं जागं केलं. त्यावेळी असेन मी तेरा वर्षांचा. तेव्हापासून मात्र 'अशी पाखरे येती घरा' याप्रमाणे स्वप्नं माझा पाठलाग करीत आतापर्यंत आली आहेत. 'मनी वसे ते स्वप्नि दिसे' अशा पठडीतील ते स्वप्न खासच नव्हतं!

त्यावेळी मी सातवीत होतो. जिथं शिक्षणाचं व राहाण्याचं ठिकाण होतं ते वस्तीवजा गाव होतं अंदाजे दीड एक हजार वस्तीचं. असाच शाळेतून आलो, जेवण झाले. गावात कोठेही अजून विजेचे गोळे आले नव्हते. अंधाराची चांगली सवय झाली होती. रात्री दहा वाजता झोपलो व कधी स्वप्नाच्या जगात गेलो ते कळले नाही. स्वप्नात असंच पाहात होतो. जवळच्या गावात कसला तरी वार्षिक उत्सव होत आहे. शिक्षकांनी दहा-पंधरा मुलांना घेऊन सहल काढायचे ठरविले. त्यात माझा नंबर लागला. सहलीला जायची तयारी करण्यासाठी सर्व मुलांबरोबर मीही सरळ घरी आलो. दुसऱ्या दिवशी सकाळीच जायचे होते. घरची स्थिती अती मध्यम होती. पायीच जायचे असल्याने प्रवासाचे भाडे नव्हते. त्यामुळे घरी आई-वडिलांना समाधान. फाटकी व स्वच्छ हाफ चड्डी व पांढरा शुभ्र ठिगळ असणारा शर्ट यावर तांब्यात निखारा घालून इस्त्री केली व घडी उत्तम राहावी म्हणून त्यावर वजन ठेवून चांगल्या स्वच्छ कोपऱ्यात

सरकवून दिले. दशमी म्हणून पिठलं भाकरी बांधून घेतलं. सकाळीच स्नान उरकून पिशवीत दशम्या व गाठीला घरात जपून ठेवलेली एक रुपयापर्यंतची चिल्लर घेतली. आम्ही सर्वजण शाळेपाशी जमलो व पायी निघालो. गावापासून पाच ते सहा किलोमीटरवर उंच अशा डोंगरावर जत्रा होती. माझ्यात व इतर आम्हा विद्यार्थ्यांत प्रचंड उत्साह होता. काहीतरी गुणगुणत उड्या मारत, अधूनमधून पळत आम्ही निघालो होतो. शिक्षक आपल्या तब्येतीनं आम्हावर करडी नजर फिरवत चालत होते. 'गणित' विषय शिकवत असल्याने ते अधिकच गंभीर वाटत व तशी त्यांची भीतीही वाटत होती.

एक एक मैल मागे टाकत आम्ही एकदाचे सकाळी दहाच्या सुमारास त्या जागी पोहोचलो. उंच डोंगरावर मंदिर होते व पायथ्यापासून वरपर्यंत दुतर्फा मिठाई, भजी, चुरमुरे, उदबत्त्या, कापूर, गंध, माळा, कुंकू, हळद, खेळणी यांची दुकाने सजली होती. चढण चढताना काही चांगल्या दगडी पायऱ्या तर काही तुटक्या पायऱ्या होत्या. तर काही ठिकाणी पाय ठेवायला नुसताच मोठा काळाकभिन्न खडकवजा दगड होता. शिक्षकांनी आम्हा सर्व विद्यार्थ्यांना बोलावून पायथ्यापाशीच एक रांग केली व शिस्तीने 'प्रत्येकाने माझ्या मागे या' असा आदेश दिला. आम्ही निमूटपणे त्यांच्या मागे जात होतो. अगदी वरपर्यंत गेलो तर मंदिराच्या बाजूस दोन तीन दगडी कमानी होत्या. बाजूला कमानीलगतच खोल दऱ्या होत्या. एका कमानीत मात्र माकड होते. त्याच्या गळ्यात दोरी बांधून त्यास कमानीच्या जवळच्या तुटक्या गजाला ती दोरी नुसती गुंडाळून सोडून दिले होते. जवळच माकड पाळणारा साधू कफनी घालून बसला होता. सर्वजण माकडाला खायला टाकत होते. ते उड्या मारून खातही होते. इतक्यात मला आपल्याजवळील भाकरी त्याला टाकण्याची इच्छा झाली म्हणून मी चतकोर भाकरीचा तुकडा पिशवीतून काढला व त्यास टाकावा म्हणून हातातच धरून पुढे केला. तुकडा घेण्यास माकड पुढे आले की मी लगेच थोडा मागे होई व माकड परत मागे फिरे. दोरी आखूड असल्याने माकडाला फार पुढे येता येत नव्हते. असेच मी दोन-चार वेळा गंमत म्हणून त्याला हिणवत होतो. माझ्याबरोबर पाहाणाऱ्या लोकांनाही ते पाहताना आनंद वाटत होता. मला तर आनंदाचे भरतेच आले होते.

इजा, बिजा, तिजा, पाचव्यांदादेखील मी हातातील भाकरी पुढे नेली व माकड धावत आले की, मागे सरलो. माकड चांगलेच चिडले होते. त्याचा लाल चेहरा अधिकच लाल दिसत होता. साधू मात्र हे सर्व पाहात पाहात थोडा बाजूला गेला होता. रागाच्या भरात माझ्याकडे झेप घेताना माकडाला बांधलेली दोरी तुटली व माकड सरळ माझ्या पायावर शक्तिनिशी आले. त्याने माझ्या हातातल्या भाकरी ऐवजी माझाच समाचार घ्यायला सुरुवात केली. गर्दी खूप झाली होती. ऐन दुपारचा दोनचा सुमार होता. जीव वाचवण्याच्या भीतीने आल्या वाटेने मी पळत सुटलो. माकड बांधलं होतं त्या कमानीच्या बाजूला खोल दऱ्या होत्या. त्यामुळे मला तिकडे पळताच येत नव्हते. माकडाने मात्र माझ्याबरोबर आलेल्या मुलांत व शिक्षकात घबराट निर्माण केली होती. यात्रेला आलेली इतर मुले, माणसेदेखील भीती व कुतूहल असे भावमिश्रित चेहेरे करून इकडून तिकडे पळत होती. माकडाला चुकवत होती. दुतर्फा मांडलेले पदार्थ, मिठाईची ताटे यावर माकडाने माझा पाठलाग करीत चांगल्याच उड्या मारल्याने त्यांचेही नुकसान झाले होते. एवढे होऊन माझा पिच्छा काही त्या माकडाने सोडला नाही. पायथ्यापर्यंत माझ्या पायाला त्याच्या नख्या लागल्या होत्या. त्यातून रक्तही येत होते. एवढे हाईपर्यंत तो माकड पाळणारा साधू आला व त्याने विशिष्ट प्रकारे शिट्टी वाजवून माकडाला बोलावून घेतले. माझी पिशवी, दशमी सगळेच हरवून गेले होते. मीही रडत होतो. शिक्षकांनी रस्त्यावरचा 'दगडी पाला' ठेचून औषध म्हणून पायाच्या जखमेवर लावला होता. गाव लहान असल्याने सर्व गावात एकच गवगवा झाला की सहलीला गेलेल्या बामणाच्या पोराला माकड चावलं. माझी चड्डी कधी ओली झाली तेही कळलं नव्हतं. आणि अचानक मला जाग आली तेव्हा पाहातो तर कुठंही माकड नाही व जत्रा नाही पण कपाळावर घाम होता. चड्डी खरंच ओली झाली होती. लाजही वाटत होती. घरातील वडिलधारी मंडळी बोलत होती की रात्री लघवी करून झोपला नसेल म्हणून असे झाले असेल. पण मी जाणले होते हे केवळ स्वप्न आहे. ते सारे मी विसरूनही गेलो व महिन्याचाच काळ पुढे गेला असेल अन् आमच्या परीक्षेपूर्वी एक दिवस खरंच आमची सहल त्या स्वप्नातील गावी गेली. त्या ठिकाणी अजाणतेपणे मी तेथील माकडाला हिणवलेही व त्याने माझा पायाचा

चांगला चावा घेतला. आठवडाभर मी ती जखम पायावर बाळगून होतो. जत्रेच्या ठिकाणी स्वप्नात दिसलेल्या दृश्यासारखेच दृश्य होते. त्या गावाचं नाव होतं भुलेश्वर. स्वप्नात जे पाहिलं तेच सत्यसृष्टीत घडलं. अशा प्रकारचं पहिलं स्वप्न मी सातवीत असतानाच अनुभवलं.

पुढे मात्र स्वप्नं माझा जणू पाठलाग करीतच येत होती. त्यानंतर मात्र ठराविक अंतरानं अर्धी झोप व अर्धे स्वप्न असा खेळ चालत असे. कधी समुद्रात तळाशी जातो आहे. वर येताना जीव गुदमरतो आहे व लगेच जाग येत आहे. तर कधी एसटीने जाताना मध्येच बोटीत आलो व समुद्रातून जात आहे. पुन्हा जागृती असा खेळ सुरू झाला. जवळचा कधी मित्र, शिक्षक असेही स्वप्नात येत असत. पंधरा सोळाव्या वर्षातच आपलंच लग्न आपण स्वप्नात पाहात आहोत असेही दिसून आलं. कधी डोंगरातील शिवालय, नुसतीच मंदिरातील घंटा, कळस, पताका, पालखी ह्यांचा वावरही अधूनमधून स्वप्नात असायचा. कधी साधू वेषातील ऋषितुल्य व्यक्तीचं दर्शन घडायचं, तर कधी आपलंच प्रेत खांद्यावरून जात आहे अशीसुद्धा झलक मला स्वप्नात पहावयास मिळाली. पण स्वप्नाचा कधी उलगडा झाला नाही व करण्याचा खटाटोपही मी कधी केला नाही.

वरीलपैकी असंख्य अशी स्फुट स्वप्ने पडली व विरूनही गेली. त्यानंतर जेव्हा मी नोकरीस लागलो, त्यावेळी सरकारी कामानिमित्त दुर्गम भागात फिरतीचा योग आला. योगायोगाने त्या ठिकाणी मुक्कामही पडणार होता. सोबतीला कोणीच नसल्याने गावापासून दूरच्या दवाखान्याच्या क्वार्टरमध्ये रात्री भीतीही वाटू लागली व झोपही येईना. बाहेर किर्र्र अंधार व झाडी, त्यात अमावस्येची रात्र. त्यामुळे भीतीत भरच पडली. विचार करत जवळ जवळ दोनच्या सुमारास कधी झोप लागली तेच कळले नाही. आणि नंतर चित्रपट दिसावा अशा स्वप्नाला सुरुवात झाली. आमच्याच आरोग्य खात्यातील सहकारी अचानक दारात येऊन उभा राहिला. पायजमा, नेहरु शर्ट, दाढी वाढलेली. काहीतरी तातडीची बातमी सांगावी असा चेहऱ्यावर भाव होता. जवळ जवळ पहाटेची वेळ होती. तो बजाज एमएटीवर आला होता. थंडी मी म्हणत होती. गाडी क्वार्टरच्या आडोशाला पार्क केली आणि मला म्हणाला, उद्याच आपल्या भागात जागतिक पातळीवरचं तपासणी पथक येणार आहे. त्यांची भेट

कार्यक्षेत्रातील जवळच्या गावी असून दप्तर तपासणीही होणार आहे. हे ऐकल्यावर मला घामच फुटला. क्षणभर वाटलं निवांत निर्जन ठिकाणी पडलो होतो तर हा काय ताप आहे? त्याने सांगितले, आपण माझ्या दुचाकीवरून उद्या सकाळीच निघू व गावातील सर्व पेशंटना तपासून घरोघरी भेटी देऊ. आरोग्य शिक्षणाचे काम करू. मी 'ठीक आहे' म्हणून विचारात पडलो. सकाळ होताच सर्व आन्हिकं उरकली. त्याच्याबरोबर दुचाकीवर बसून आवश्यक दप्तर घेऊन निघालो. बोचरी थंडी होतीच. डोंगराळ भाग असल्याने रस्त्यात चढ-उतार सारखे लागत होते. आमची दुचाकी उतारावरून जात होती. नेमकी चढाला लागताच मित्राचा हात लटपट करायला लागला. गाडीदेखील एक हेलकावा घेऊन पुन्हा हळू चालू लागली. त्याने नुसते बोट करून दाखवले तर चढावर जवळ जवळ दीड हात लांबीचा भला मोठा साप आडवा पडलेला. तशा थंडीतही दरदरून घाम आला. त्याला वाटले हा वाहनाच्या आवाजाने जाईल. पण तो थोडासाच हलला. जवळ तिसरे माणूसही नाही. गाडीचा वेग थोडा मंद केला. तोपर्यंत क्षणार्धात उंचावरून भली मोठी घार आली, तिने त्या सापाला गळ्याजवळ व शेपटीजवळ दोन पायात आणि मधला भाग चोचीत धरून तसाच उचलला. आमच्या दोघांची मात्र भीतीने गाळण उडाली. आमची गाडी जरा वेगात सुरू केली. पण ती घार पायात साप धरून जवळ जवळ अर्धा मैल आकाशातून आमच्या कधी डोक्याजवळ यायची व पुन्हा वर जायची असा खेळ सुरू झाला होता. आमची मात्र भीतीने गाळण उडाली होती. आम्हाला थांबता येईना व पुढे जाणे नाइलाजाने भाग होते. कारण जर घारीच्या पायातील साप सुटला व आमच्या गळ्यात पडला तर प्राणच जायचा. तोपर्यंत पुढचा रस्ता आला व नंतर इतर वाहने, रहदारी यांच्या आवाजाने ती घार सापाला घेऊन उंच आकाशात दूर निघून गेली व मला जाग आली. हे स्वप्न कित्येक दिवस माझ्या चांगलेच स्मरणात राहिले. पण त्यानंतर मात्र असाच प्रसंग प्रत्यक्षात घडला त्याचे खूपच आश्चर्य वाटले. ते गाव होते तुळजापूर तालुक्यातील मंगरुळ व सहकाऱ्याचे नाव श्री. गरगडे. स्वप्न हे स्वप्न न राहता त्याचा सत्यसृष्टीत अनुभव आलेले हे माझे दुसरे स्वप्न होते. आजही याची आठवण झाली तरी अंगावर शहारे येतात.

भौतिक स्वप्नातून मला असाच एक आध्यात्मिक अनुभव आला. पहाटेची पडलेली स्वप्न म्हणे खरी होतात. १९८६ हे साल होते. अचानक एका रात्री असाच निवांत स्वप्नाच्या जगात शिरकाव झाला. साधू वेषातील पांढरा शुभ्र उपरणेवजा पंचा अंगावर घालून किंचित वयस्कर पण चेहऱ्यावर दिव्य तेज असलेले सत्पुरुष दिसले. ते काही बोलतही नव्हते. पण स्मितहास्य व आशीर्वादासाठी वर केलेला हात दिसत असे. तीच ती व्यक्ती सलग तीन महिने माझ्या स्वप्नात येत राहायची. मी सत्पुरुष स्वप्नात आले की नतमस्तक होत असे व जाग येत असे. पण ते काहीही बोलत नसत. नंतर मात्र बराच काळ हे स्वप्न पडणे जवळ जवळ बंद झाले व अचानक काही प्राध्यापक मंडळींबरोबर अक्कलकोटला जाण्याचा प्रसंग आला. त्या ठिकाणी ज्या सत्पुरुषाची आम्ही पाद्यपूजा केली ते प्रत्यक्षात स्वप्नात दिसल्याप्रमाणेच होते. त्यांचा आशीर्वादही मिळाला व मंत्रदीक्षाही मिळाली. तेव्हापासून माझी जीवनात भरभराटही होत राहिली. त्यांनी जी उपासना दिली तिच्यामध्ये शासकीय नोकरीतील कामामुळे कधी दुर्लक्ष होत असे. कधी कधी सातत्यदेखील खंडित होत असे. असेच पाच-सहा महिने गेले आणि एके दिवशी तेच सत्परुष पुन्हा स्वप्नात आले. नेहमीप्रमाणे मी नतमस्तक झालो व विनम्रपणे मी म्हटले, "महाराज, आपली कृपा असो द्यावी." त्यांनी थोडंसं स्मित केलं व उद्गारले, "आमचा कृपावर्षाव आहेच. आपण पात्र व्हायचं ठरवा." आणि स्वप्नातून मी एकदम जागा झालो. जागा झाल्यावर मनोमन सद्गुरुस्मरण केले. आपण उपासनेत जे दुर्लक्ष करतो, त्यावर मला महाराजांनी चांगलेच फटकारले होते. त्यानंतर मात्र मी जोमाने उपासना सुरू केली. सातत्य राखण्याचा प्रयत्न केला. त्यांच्या अनुग्रहामुळे स्वप्नात आलेल्या देवतांची प्रत्यक्षात त्या त्या ठिकाणी जाऊन दर्शन झाल्याचा अनुभव माझ्या आत्तापर्यंतच्या आयुष्यात आला आहे.

मी जिथे कायम वास्तव्यास असतो ते देहुसारखे पुण्यक्षेत्र. दरवर्षी संतश्रेष्ठ तुकाराम महाराजांच्या पालखीचे प्रस्थान येथून होत असते. लाखो वारकरी तालात अभंग गात व नाचत पंढरीपर्यंत पायी जात असतात. असेच एकदा भर दुपारीच गाढ झोप लागली आणि प्रथम पालखीचे दर्शन स्वप्नात झाले. पाठोपाठ श्रीतुकाराम महाराज वीणा

घेऊन उभेच. लगेचच मी चरणस्पर्श केला. ते हसून एवढेच म्हणाले, "तुम्ही एकादशी का करत नाही?" मी त्यानंतर एकादशीचा उपवास सुरूही केला. त्यानंतर तब्बल वर्षानंतर तसेच स्वप्न पडले ते अगदीच क्षणभर होते. त्यात नेहमीच्या वेषात (कीर्तनाच्या) तुकाराम उभे आहेत व म्हणत आहेत, "सर्व काही व्यवस्थित होईल". स्वप्नातल्या या आध्यात्मिक आशीर्वादामुळे मला आत्मिक बळ तर खूप मिळाले. माझ्या जीवनात आमूलाग्र बदलही घडला आहे.

यानंतर आध्यात्मिक स्वप्नांचं दालनच माझ्या दृष्टीनं उघडलं गेलं. प्रत्येकवेळी ज्या ज्या तीर्थक्षेत्राचा प्रवास व दर्शन झाले ते अगोदर स्वप्नात येऊन जायचे आणि मग हुबेहूब तसं दर्शन घडायचे. त्यामध्ये पंढरपूर होते. गणपतीचा मोरगाव, थेऊर, ओतूर, गणपतीपुळे ही ठिकाणे विशेष करून नेहमी असत. साधुवेषातील सत्पुरुष वा दिव्य तेज चेहऱ्यावर विलसत असणारे पुरुषोत्तम दिसत. परंतु त्यांची नावे मात्र कळत नसत व ओळख अजिबात पटत नसायची. काहीक्षणी नुसता मंदिराचा कळस दिसायचा व आपण दर्शन घेत आहोत एवढेच स्वप्नात येत असे. गाव किंवा कोणते मंदिर याचा मात्र मागमूसही लागत नव्हता. परंतु आशा आहे की या प्रश्नांची उत्तरे कदाचित स्वप्नात मिळतील.

उपरोक्त शुभ स्वप्नांच्या भाऊगर्दीत अशुभ स्वप्नंही येऊन गेली. ती मात्र प्रदीर्घ नव्हती. उदा. एखाद्या विधवा स्त्रीचे दर्शन व्हायचे. प्रेतयात्रा दिसायची. सर्वत्र सापच साप दिसतात व आपण त्यातच पडलो आहोत हेही प्रकार बऱ्याच वेळा दिसले. एखाद्या घाण डबक्यात आपण घसरून पडलो आहोत व अंगावर मात्र एकही कपडा नाही. या स्वप्नाचा अर्थ लावण्याच्या फंदात मात्र मी कधी पडलो नाही.

स्वप्नसृष्टीत दिसणारी घटना सत्यसृष्टीत घडल्यामुळे माझी स्वप्नांविषयी काही मते ठरून गेली आहेत. 'मनि वसे ते स्वप्नि दिसे' ही म्हण अगदी क्वचित प्रसंगी प्रत्यक्षात उतरली आहे. दुसरे असे की दिवसा माणूस मनाने कल्पित स्वप्ने रचित असतो. केवळ बाह्य जग डोळ्यात उभं असल्याने रात्रीसारखे ते स्वप्न वाटत नसले तरी 'दिवा स्वप्न' म्हणून तेसुद्धा रात्री पडणाऱ्या स्वप्नाचीच प्रतिकृती आहे असे वाटते. दिवसा घरातून निघताना दिवसभरात आपणाला अचानक कोण भेटतील,

आपली कामे होतील की नाही, चुकून एखादा अडथळा अथवा संकट तर उभे राहाणार नाही ना? हे विचारसुद्धा आपण स्वप्नवत मनात विणत असतो आणि दिवसभराच्या कामात त्याचे आपणाला तंतोतंत प्रत्यंतर येते हेही मी कित्येकदा अनुभवलं आहे. केवळ अंधार व झोप नसल्याने आपणास ते स्वप्न वाटत नाहीत. स्वप्नाचं विश्लेषण करणारे तज्ज्ञ तर असेच म्हणतात की आपण खोल पाण्यात डुबी घेतली व आकाशाकडे पाहिले तर आपणाला अंधुक का होईना काही तारे दिसतात. पण दिवसाच्या प्रकाशामुळे ते आपणाला दिसत नाहीत. तसेच 'दिवास्वप्ना'चे असावे. दुसरे विश्लेषण असे की, वरील सर्व स्वप्नं पडल्यानंतर जेव्हा जाग आली तेव्हा स्वप्ने शेवटून वरपर्यंत आठवत जावे लागते. कोणतेही स्वप्न आरंभापासून आठवत नाही. याचाही बोध झाला आहे. स्वप्नांमधील भाषादेखील चित्रलिपीसारखीच वाटते. विशेष पूर्वीदेखील मानवाची भाषा चित्राचीच होती म्हणे. पुढे पुढे शब्द निर्माण झाले. अगदी मूल नवीन अक्षरओळख शिकतानादेखील गणपतीचे चित्र दाखवूनच त्याला 'ग' शिकवावं लागतं. कमळाचे चित्र रेखाटूनच 'क' शिकवावे लागते. तशीच स्वप्नाची भाषा असावी असे वाटते. स्वप्नामध्ये आपण लहान असता अचानक मोठे होतो. लग्न होते, मुलंबाळं होतात, म्हातारे होतो व स्वप्नातून जागे झाल्यावर आश्चर्य वाटते, क्षणभराच्या स्वप्नात एवढ्या घटना कशा काय घडल्या? कारण स्वप्नातला कालावधी मोजण्याचे परिमाणही 'संवादेविण बोलिजे' या सारखेच असावे असे वाटते. म्हणजे मूक मनातील शब्द समोरच्या व्यक्तीविषयीच्या आपल्या तळमळीद्वारे आपोआप कळत असावेत. आचार्य रजनीश तर म्हणतात, युद्धभूमीवर श्रीकृष्णाने अर्जुनाला केलेला गीता उपदेश टेलिपथी या मानसिक स्तरावरून केला आहे. अन्यथा अठरा अध्याय सांगण्यास प्रत्यक्षात किती काळ गेला असता! हेच कालावधीचे परिमाण स्वप्नातील प्रदीर्घ घटना घडविण्यात वापरले जात असावे. त्यांनी पुढे असेही विश्लेषण केले आहे की पंचवीस ते पस्तीस वर्षे वय असणाऱ्या व्यक्तीला स्वप्नात 'सुंदर तरुणी' दिसेल तर चाळीस ते पंचेचाळीस वर्षे वय असणाऱ्या व्यक्तीस उत्तम पक्वान्ने जेवण्यास मिळत आहेत अशी स्वप्ने पडतील तर पन्नासच्या पुढील व्यक्तीस सकाळी शौचास उत्तम होऊन पोट साफ झाल्याने स्वर्गीय आनंद मिळत

आहे अशी स्वप्ने पडतील. संदर्भीय वय व चित्तदशा यांचा संबंध स्वप्नांतील घटनांशी लावला आहे. तो सुद्धा योग्य वाटतो. अशासारखी स्वप्ने मला अधून मधून पडली आहेत पण त्यांचे प्रमाण मात्र अत्यल्पच आहे.

शेवटी एवढेच म्हणावेसे वाटते की स्वप्नांची वर्गवारी करून पाहिल्यास त्यांचा सत्यसृष्टीशी क्वचित संबंध येतो, मी जेव्हा ज्योतिषशास्त्राचा अभ्यास केला तेव्हा मात्र एक गोष्ट लक्षात आली की ज्यांच्या पत्रिकेत गुरू, चंद्र, हर्षल, नेपच्यून यांचे युती, लाभ, नवपंचम योग प्रथम, पंचम, नवम स्थानात असतील तर अशा व्यक्तींना स्वप्नाद्वारे दृष्टांत दिसून किंवा संदेश मिळून प्रत्यक्ष कृतीत त्यांचे प्रत्यंतर येते. यावर अधिक संशोधन होणे गरजेचे आहे. हे म्हणण्यापेक्षा या क्षेत्रात संशोधनास खूपच वाव आहे. आज मी पन्नाशीत आहे. तरी स्वप्नं माझा पाठलाग करीत आहेत. त्यामुळे कधी कधी असे वाटते की स्वप्न ही सत्याची सावलीच आहे.

◆